Chuyện Dài Chữ Nghĩa

Đỗ Văn Phúc

Để ghi nhớ công ơn của Giáo Sĩ Francisco de Pina (1585-1625), người sáng tạo ra chữ Quốc Ngữ.
Kỷ niệm lần thứ 429 sinh nhật của Giáo Sĩ Alexandre de Rhodes
(15 tháng 3, 1593 – 5 tháng 11, 1660),
người biên soạn cuốn tự điển tiếng Việt đầu tiên.

Ấn bản mới March-2022

Cuốn sách này được phát hành với sự bảo trợ của
Cộng Đồng Người Việt Quốc Gia Hoa Kỳ
(The Vietnamese American Community of the USA).
https://tienggoicongdan.com/

Chúng tôi xin chân thành cảm tạ quý ông Nguyễn Thi Ân (Utah), bà Nguyễn Thị Bé Bảy (Virginia), ông Khúc Hữu Chấp (Chicago), bà Hoàng Lan Chi (California), ông Đoàn Trọng Hiếu (New Mexico), ông Vương Văn Giàu (Pensacola), bà Khổng Thị Thanh-Hương (Hawaii), ông Lê Hồng Long (Wichita), ông Lê Đức Luận (Virginia), ông Nguyễn Gia Quốc (Minnesota), ông Yên Sơn (Texas), ông Nguyễn Tấn Thọ (California), ông Lý Trung Tín (Germany), ông Phan Quang Trọng (Texas), ông Trần Vinh (Texas) là những người đầy thiện chí đã khuyến khích, yểm trợ, đóng góp ý kiến và tài chánh; đặc biệt là các anh chị đã bỏ nhiều thì giờ đọc lại bản thảo và góp ý sửa các lỗi chính tả và typo.

Mục Lục

Lời Nói Đầu   iv

Bài 1: Lại Chuyện Chữ Nghĩa   5

Bài 2: Những Cách Dùng Chữ Sai Nên Tránh   13

     Liệt Kê Những Chữ Nên Tránh   36

Bài 3: Cách Viết Chữ Hoa   49

Bài 4: Cách Đánh Dấu trong Câu Văn   56

Bài 5: Tác Phẩm và Tác Quyền   72

Bài 6: Tri Thức vs. Trí Thức   79

Bài 7: Giải Mã vs. Giải Độc   87

Bài 8: Tượng và Tượng Đài   94

Bài 9: Huyền Thoại và Huyền Sử   99

Bài 10: Chia Sẻ hay Chia Xẻ   104

Bài 11: Chất và Lượng   111

Bài 12: Cải Cách Chữ Quốc Ngữ   114

Thay Lời Kết   128

Ý Kiến của Độc Giả   129

Lời nói đầu

Chúng tôi không phải là chuyên viên về ngôn ngữ, nên không có cao vọng – và cũng không đủ khả năng cùng điều kiện - để soạn ra một cuốn văn phạm đúng nghĩa và đầy đủ.

Chúng tôi chỉ có thiện chí muốn soạn ra một cẩm nang nhỏ - dựa trên hiểu biết về văn phạm Việt Nam trước đây - để giúp quý vị tham khảo về những điều căn bản khi viết tiếng Việt cho chuẩn xác. Ngược lại, chúng tôi xin lắng nghe những ý kiến chỉ bảo của quý vị một cách thành khẩn và khiêm tốn.

Tập sách nhỏ này gồm các bài ngắn viết đăng trên các báo từ cả thập niên nay, và hiện chúng tôi đã dò lại để sửa lỗi cũng như viết gọn hơn, coi trọng về chủ đề ngôn ngữ hơn là những phê phán mang tính chất chính trị. Trong sách có vài chữ ngoại quốc mà chúng tôi thấy cần thêm vào để làm sáng nghĩa.

Chúng tôi cũng chân thành cảm tạ quý Mạnh Thường Quân đã ủng hộ tài chánh để in đợt đầu. Cũng xin cám ơn các thân hữu và đồng bào đã chiếu cố, giới thiệu trên các báo và trang truyền thông xã hội.

Ghi chú: Để quý vị tiện theo dõi, chúng tôi sẽ *viết nghiêng các chữ, các câu dùng làm thí dụ*; và **viết đậm nét các chữ chính đang được bàn tới**.

Lại Chuyện Chữ Nghĩa

Sắp đến ngày mừng lễ Chúa Giáng Sinh!

Trong chiến tranh, vào những ngày lễ trọng như Tết, Chúa Giáng Sinh, quân đội Việt Nam Cộng Hòa luôn luôn tôn trọng lệnh hưu chiến để đồng bào có cơ hội cử hành thánh lễ và an tâm hưởng thụ những giờ phút thiêng liêng đầm ấm.

Vậy chúng tôi cũng theo lệ đó mà tránh bớt những bài xã luận chính trị với lời lẽ "chém đinh chặt sắt" để nói về những đề tài nhẹ nhàng hơn. Thí dụ như vấn đề "ngôn từ Việt Cộng" mà lâu nay cũng có nhiều vị từng lên tiếng báo động rằng đã xâm nhập quá sâu trong sinh hoạt văn hóa hải ngoại.

Thật ra thì không có ngôn từ nào là của Việt Cộng cả. Ngôn từ là di sản văn hoá chúng ta thụ hưởng từ tiền nhân từ hàng ngàn năm qua, sau khi đã gạn lọc và thêm thắt qua tiến trình sinh hoạt, giao tiếp với thế giới bên ngoài.

Chỉ có vấn đề sử dụng ngôn từ một cách trong sáng, đúng đắn, hợp lý hay không mà thôi.

Ngôn 言 là nói, từ 詞 là lời nói, tiếng nói. Ngôn và từ là phương tiện giao tiếp, truyền thông đầu tiên trong đời sống của con người, cũng như của xã hội loài người vào thời hoang sơ. Thời sơ khai, con người chỉ biết đến hình ảnh cụ thể quanh mình (núi, sông, hang động, thú vật...), những động tác (ăn, nói, đi, đứng, làm...), từ từ tiến lên hiện tượng (mưa, bão...), cảm xúc (vui, buồn, giận...), và cao hơn là ý thức về triết học, chính trị, khoa học kỹ thuật. Thoạt đầu người ta dùng lời nói (Từ 詞) để diễn đạt, rồi tiến lên phát minh ra chữ viết (Tự 字) như là những ký hiệu để sự truyền đạt có thể đi xa hơn về không gian và thời gian.

Sinh ngữ là ngôn ngữ sống vẫn còn được dùng, khác với tử ngữ là ngôn ngữ đã không còn ai dùng tới ngoài việc nghiên cứu hay trong các lớp cổ văn. Ngôn ngữ Việt Nam là một sinh ngữ có từ nhiều nguồn: tiếng Việt nguyên gốc (nước nhà, khoảng cách, người lính...), tiếng Trung hoa đọc theo âm Việt (quốc gia, cự ly, quân nhân...), tiếng Tây phương được Việt hoá (bom, cà phê, mô tô, vi la...), các thuật ngữ quân sự, kỹ thuật mới được đặt chữ Việt Nam tương ứng nhưng chưa phổ cập như phần mềm (software), phần cứng (hardware), nét (internet)... Sau khi những "ngôn" và "từ" này được sử dụng quen thuộc và được đại đa số chấp nhận, nó trở thành tiếng Việt chính thức, và người ta soạn ra Văn phạm là những luật lệ để hướng dẫn mọi người biết cách dùng cho đúng và hợp lý để khi nói hay viết ra, ai ai cũng phải hiểu như nhau. Văn phạm được dạy cho học sinh từ những năm tiểu học cho đến đại học. Tuy vậy, Việt Nam chưa có một hàn lâm viện về ngôn ngữ, nên vẫn còn nhiều trở ngại khi muốn cập nhật, điều chỉnh, hay xác định sự chính xác của cách dùng chữ.

Ngôn, từ, tự, văn phạm là do con người tạo ra, nên cũng có thể do con người thay đổi do sự thay đổi môi trường sống và sự tiến hoá chung. **Sự đúng sai trong cách dùng chỉ có tính cách tương đối và chủ quan.** Ví dụ: trước 1975, mười bảy triệu người miền Nam dùng hai chữ "đơn giản" nghe quen thuộc; thì mười chín triệu người miền Bắc lại dùng chữ "giản đơn" và họ cũng cho rằng xuôi tai. Gạt qua một bên tình cảm chính trị mà có thể làm sự đánh giá của chúng ta sai lệch đi, thì ai, cơ quan nào, là người có thẩm quyền phân xử chữ nào đúng, chữ nào sai?

Như thế, bất cứ những lời nào, chữ nào nói ra từ miệng người Việt đều là ngôn, từ chung của Việt Nam. Những người có thẩm quyền trong chế độ Cộng Sản không sáng chế thêm chữ mà chỉ sử dụng sai chữ, do sự thiếu hiểu biết và cẩu thả của họ. Trong khi Phạm Văn Đồng (cố thủ tướng Cộng Sản Việt Nam) viết nhiều bài kêu gọi làm trong sáng tiếng Việt, thì Hồ Chí Minh lại sử dụng các chữ "kách mệnh," "giải fóng," "nhân zân." Trong khi nhà cầm quyền Cộng Sản có khuynh hướng Việt hóa các chữ Hán Việt (lính thủy đánh bộ, tàu sân bay, xe bọc thép…), thì cũng chính họ lại có khuynh hướng sính dùng chữ Hán Việt trong khi các chữ Việt thuần túy nghe quen thuộc và êm tai hơn.

Chúng tôi xin đưa ra vài thí dụ trong hàng trăm, hàng ngàn cách sử dụng sai lầm mà hiện chúng ta nghe biết.

Chắc quý vị còn nhớ các bảng hiệu **"xưởng đẻ,"** **"nhà đái nam,"** **"cửa hàng thịt Thanh Niên"** trong những năm sau 1975?

Các chữ Hán Việt như **"cự ly"** (khoảng cách = distance), **"cách ly"** (cô lập = isolated), **"tiếp cận"** (sát cạnh = next to) ngày trước chúng ta vẫn dùng; nhưng tùy theo từng trường hợp. Tiếp cận không thể dùng thay thế chữ tiếp xúc (contact) hay đến gần (approach). Cự ly dùng trong quân sự. Khi nói về những chuyện thông thường, người ta nói: *"Khoảng cách giữa các xe,"* *"anh B. bị bạn bè cô lập,"* *"Việt Nam tiếp xúc với nền văn minh Tây phương,"* *"anh A. đến gần cô B."* Nghe nhẹ nhàng dễ hiểu hơn nhiều.

Khi nói đến "chùm" (cluster, bunch), chúng ta hình dung đến chùm nho, chùm cau, chùm lông (hay túm lông). Tiếng Việt có hàng chục chữ khác nhau để diễn tả một tập hợp tùy theo trường hợp. Người ta nói một cụm cây, một chùm nho, một bó lúa… hay một tập thơ, một xấp ảnh, một ban hợp ca (tam ca, tứ ca, hay đồng ca). Thật là khó chấp nhận khi nghe hay đọc các chữ **cụm từ, chùm thơ, chùm ảnh, tốp ca.**

Trong các bản tin do báo hải ngoại trích từ báo phát hành tại Việt Nam, chúng tôi đã đọc:

- *"Cái bánh chưng vĩ đại (được vào sách Kỷ Lục) này do bà Nguyễn thị X. **thể hiện.**"*

Đúng ra, phải dùng chữ "thực hiện" hay đơn giản hơn dùng chữ "làm". Thể hiện có nghĩa là biểu lộ (express). Người ta nói "thể hiện sự ưu ái, thể hiện lòng ái quốc..." Chính tự điển của Việt Nam hiện nay cũng định nghĩa đúng thế.

- *"Ca sĩ X ăn mặc **ấn tượng.**"* Ấn tượng là danh từ (impression). Phải nói cách ăn mặc của ca sĩ X. gây một ấn tượng tốt.

- *"Ca sĩ Thu Hương hát rất **đỉnh.**"* Ý muốn nói cô này hát hay tuyệt vời!

- *"Họ sống **chất,** rất **chuẩn.**"* Sống chất là sống thế nào. Có lẽ họ muốn nói cuộc sống đầy đủ đúng tiêu chuẩn! Nhưng là tiêu chuẩn nào mới được chứ?

- *"Trong cách ăn mặc, chiếc cà vạt là **điểm nhấn.**"* Ý tác giả muốn nói đến điểm nổi bật nhất (focal point).

- **Bức xúc**: tiếng Việt có các chữ "bứt rứt", "ray rứt" (worry). Tự điển Tiến Đức có chữ "bức xúc" với định nghĩa là "thúc giục." Nhưng nhiều người Việt hải ngoại cũng bắt chước dùng chữ "bức xúc" với nghĩa ray rứt, bực dọc, trăn trở.

- **Thống nhất** ý kiến. Một bác sĩ lớn tuổi, sống hơn nửa đời mình ở miền Nam và có nhiều bài viết trên rất nhiều báo hải ngoại đã viết: *"Sau khi **hội ý,** các bác sĩ đã **thống nhất ý kiến,** đề ra **phương án...**"* Tại sao không viết "Sau khi bàn bạc, các bác sĩ đã đồng ý đưa ra phương cách..." (Tham khảo: bài viết về Y Học của BS Nguyễn Ý Đức đăng trên tạp chí *Sóng Thần* Virginia.)

Vì lý do chính trị, đối kháng Quốc Cộng, chúng ta có khuynh hướng dị ứng với những chữ do phía bên kia dùng, dù rằng đó là những chữ rất đúng và có ý nghĩa. Ví dụ các chữ: **giải phóng, hiệp đồng**... Chúng ta nên đánh giá đúng sai, không nên vì cảm tính mà loại bỏ những chữ có thể dùng được.

Cách dùng sai, vay mượn chữ du nhập từ Việt Nam và cách sử dụng bừa bãi của những người viết, của báo chí hải ngoại do thiếu ý thức hay thiếu nhân lực đã vô tình đi sai chức năng cao quý của báo chí truyền thông là hướng dẫn quần chúng. Ngày trước, báo giới Việt Nam Cộng Hòa rất thận trọng. Họ làm báo là một nghề chính thức. Vì thế, các báo Việt Nam có cả một tòa soạn, ban trị sự, ban biên tập, người sửa bài. Họ duyệt bài tương đối kỹ, vừa về quan điểm vừa về văn phạm, lỗi về dấu hỏi ngã. Và nhất là họ không làm việc cắt dán, sao chép bài vở từ báo khác. Ngày nay, báo chí tại hải ngoại nở rộ. Có báo chỉ cần một người, một máy điện toán là đủ tạo nên một tòa soạn, ban biên tập. Bài vở thì phần lớn cắt và dán từ các trang web mà không hề đọc lại thật kỹ. Chính vì sự thiếu bài vở này, mà những bài viết từ Việt Nam có cơ hội xâm nhập ồ ạt vào sinh hoạt truyền thông hải ngoại, tạo ra tình trạng chữ nghĩa bát nháo, xô bồ. Nếu chịu khó làm công việc vạch lá tìm sâu thì chúng ta sẽ thấy đã có nhiều cây viết hải ngoại cũng có ít nhiều lần xài chữ sai mới du nhập từ Việt Nam.

Chúng tôi rất tiếc đã không có thì giờ để nêu ra nhiều trường hợp mà người viết văn hải ngoại thường vấp phải trong bài viết. Vả lại, đây cũng là điều tế nhị trong nghề. Dân viết văn không nên phê bình nhau. Nhưng đọc mãi những sai sót cũng đâm ra khó chịu.

Lại có vị viết các bài bình luận. Nguyên một đoạn văn dài hàng mấy chục dòng có hàng chục câu đã đủ nghĩa, chỉ xài vài cái dấu phẩy mà không có dấu chấm. Giữa hai mệnh đề, thích thì cho dấu phẩy; buồn tình thì chẳng chấm, phẩy gì ráo. Cũng không thèm xài liên tự, giới tự. Giữa hai câu cũng thế. Hình như ngày xưa thế hệ chúng ta học trung học rất lơ là về môn chính tả?

Trong bài tham luận của "Vốn lớn của người Việt nơi McCain và Obama" (Tạp chí *Thế Giới Mới* số tháng 12/2008), ông Hà Nhân Văn (aka Cao Thế Dung), một cây bút viết khá nhiều cho rất nhiều báo tại Hoa Kỳ, có bốn lần trong một bài, ông ấy đã dùng chữ "**sự cố**" để thay chữ "biến cố" hay "sự việc, sự kiện." Bốn lần thì chắc không phải sơ suất.

Trích:

Do vậy mới có **sự cố** *Đs. Michalak phải bay về Mỹ, xuống tận Houston, qua Irvine quận Cam để vận động cho VN về giáo dục, trao đổi đối thoại giữa cộng đồng Mỹ gốc Việt với VNCS*

Sự kiện một ông Mỹ gốc Việt được bổ nhiệm vào ủy

*ban chuyển quyền và bàn giao của tân tổng thống Obama là một **sự cố** đầy tiêu biểu.*

*Dù ta không muốn hay chống lại thì **sự cố** ấy vẫn cứ xảy ra như sự cố TT Bush chụp hình dưới chân dung HCM ở Hà Nội.*

Ngưng trích

Chữ "**Sự cố**" bên Việt Nam thường dùng thay cho chữ "trục trặc" (trouble) mà chúng ta dùng (trục trặc kỹ thuật). Hai chữ "sự" và "cố" gốc chữ Hán cùng có nghĩa là "việc". Ví dụ "đại cố" là việc lớn; "đa cố" là lắm chuyện.

Một nhà bình luận nổi tiếng mà dùng chữ sai nghĩa, mà còn đi dùng chữ do Việt Cộng xài thì cũng đáng buồn lo.

Tóm lại, hiện nay, phần đông người ta viết rất cẩu thả. Nếu là người bình thường thì không sao, nhưng đã là người viết văn làm báo, thì khó chấp nhận được. Người đọc, đặc biệt các con em chúng ta sẽ nhìn tư cách nhà văn, nhà báo, bác sĩ, tiến sĩ mà cho rằng các vị viết là đúng quá, cần học theo thì hỏng bét.

Dù sao, những người có lập trường rõ rệt, có ý thức cao, phải luôn luôn cẩn trọng để bảo tồn nét tinh túy của ngôn ngữ Việt Nam. Báo giới, văn giới lại càng cẩn trọng hơn.

Những Cách Dùng Chữ Sai Nên Tránh

Ngôn từ, yếu tố giao tiếp căn bản của con người, là một phần quan trọng của văn hoá. Miền Nam chúng ta kế thừa một nền văn hoá cổ truyền, nhân bản và hữu lý. Ngôn từ dùng trong đại chúng hay văn học đều có lề luật, dù nó được thay đổi theo thời gian và hoàn cảnh sinh hoạt xã hội. Sau năm 1975, từ miền Bắc tràn vào miền Nam nhiều từ ngữ, cách dùng chữ, đặt câu quái dị. Những vị cao niên có giải thích rằng ở miền Bắc vào những thập niên 1950, khi sự thay đổi chính quyền đã tạo ra một lớp người lãnh đạo mới tuy thất học, nhưng nắm chức vụ đầy uy quyền tối thượng. Họ thường học đòi nói văn chương mà không hiểu biết nghĩa lý gì. Khổ một nỗi là không ai dám sửa cái sai của họ. Cứ thế, cái sai cứ nhân lên và đi đến nạn bát nháo chữ nghĩa ngày nay. Có những chế độ chỉ biết áp bức chứ không có khả năng xây dựng. Đặc biệt về văn hoá, họ như đoàn quân man rợ, đã triệt hạ cả một nền tảng văn hoá dân tộc mà ngôn từ cũng không là ngoại lệ.

Từ khi có việc giao thương, qua lại giữa Việt Nam và Hoa Kỳ, cùng sự phát triển truyền thông, những người từ Việt Nam mới qua sau này đã du nhập vào cộng đồng hải ngoại những ngôn từ quái dị mà đã có nhiều người Việt tị nạn bắt đầu tiêm nhiễm. Hiện nay, đọc trên đa số báo chí hải ngoại, chúng tôi rất buồn khi thấy hiện tượng này tràn lan. Các bài báo trên các đài lớn như RFA, RFI, BBC, VOA không thiếu những từ ngữ lạ, do việc các đài này tuyển mộ các nhân viên từ Việt Nam qua.

Ngôn ngữ Việt Nam biến thể một cách đáng báo động. Nếu không ngăn chặn thì rồi đây, chúng ta sẽ nghe hàng ngày những cách nói quái dị đó. Thế là một lần chạy từ bắc vào nam, một lần nữa từ Việt Nam ra hải ngoại, nay chúng ta đang bị chúng đuổi theo đến tận xứ sở tự do. Vì thế, nhiệm vụ của bất cứ người Việt nào cũng là bảo tồn văn hoá, ngôn ngữ truyền thống.

Khái niệm về Ngôn Ngữ và Từ Ngữ

Các nhà ngôn ngữ học phân biệt hai loại ngôn ngữ: sinh ngữ và tử ngữ.

Tử ngữ là những ngôn ngữ đã từng có, từng được sử dụng; nhưng nay không còn thịnh hành nữa mà chỉ còn trong các trang sử, các trang sách cổ; và coi như đã chết. Ví dụ: chữ Latin, chữ cổ Irish, chữ Nôm của Việt Nam…

Sinh ngữ, nói nôm na là ngôn ngữ sống, đang được sử dụng. Sinh ngữ cũng có những quy luật chung. Quy luật này có thể do một viện hàn lâm soạn thảo, có thể do các thành viên ưu tú như giới văn học, báo chí, và cũng có thể do người sử dụng nó mặc nhiên chấp nhận sau một thời gian thử thách. Sinh ngữ cũng thay đổi theo hoàn cảnh sống của con người trong xã hội; thay đổi theo sự tiến triển của khoa học kỹ thuật… **Văn phạm, là**

quy luật trong ngôn từ, cũng không cố định mà có thể thay đổi theo hoàn cảnh.

Theo từ điển, ngôn hay ngữ, hay cả chữ ghép ngôn ngữ có nghĩa là nói năng.

Ngôn (nói) và **từ** (lời) có trước, **tự** (chữ) theo sau.

Người Việt Nam có mặt trên địa bàn Hoa Nam và đồng bằng sông Hồng đã hàng ngàn năm. Có lẽ cũng như các dân tộc khác trên trái đất vào thời sơ khai, tổ tiên chúng ta chỉ có Ngôn mà chưa có **tự** (chữ) hay **từ** (lời). Ngôn ngữ thời đó chắc nghèo nàn và đơn giản vì cuộc sống đơn sơ. Nhiều dân tộc, vì nhu cầu giao tiếp, truyền thông, đã phát minh ra chữ viết. Trước hết, là các dấu hiệu, những nét chữ dựa trên hình ảnh mà người ta gọi là tượng hình, hay dựa trên âm thanh (tượng thanh). Rồi đi xa hơn, bằng cách hội ý dùng những chữ khác nhau ghép thành một chữ mới mang ý nghĩa phối hợp. Xin đừng nhầm lẫn chữ "**hội ý**" Việt Cộng dùng với nghĩa là bàn bạc, thảo luận.

Chúng tôi xin đơn cử vài ví dụ về tượng hình, tượng thanh và hội ý trong từ ngữ của Trung Hoa; cũng là chữ viết có sớm thứ nhì của loài người (1200 BC) sau người Ai Cập (3100 BC):

■ **Tượng hình**: Chữ Sơn 山 (núi), người Trung Hoa dùng hình dạng ba trái núi liền nhau. Chữ điền 田 giống như một thửa ruộng. Chữ nhật 日, nguyệt 月 dựa theo hình dạng mặt trời, mặt trăng.

▪ **Tượng thanh:** Chữ nữ 女 (đàn bà) và dùng âm thanh của chữ mã 馬 (ngựa) ghép thành chữ ma 媽 là mẹ, mụ.

▪ **Hội ý:** Ghép các chữ tạo thành một chữ khác và mang ý nghĩa của những chữ được ghép. Ví dụ:

Thị 市 (chợ) ghép với chữ môn 門 (cửa) thành chữ náo 鬧 (ồn ào). Ý rằng nơi chỗ chợ búa thì ồn ào (*Thị tại môn tiền náo*).

Nguyệt 月 (trăng) ghép chữ môn 門 (cửa) thành chữ nhàn 閒 (thảnh thơi, nhàn hạ). Nó mang ý nghĩa mảnh trăng treo nơi cửa tượng trưng sự nhàn hạ (*Nguyệt lai môn hạ nhàn*).

Minh 鳴 là tiếng chim kêu, ghép bằng hai chữ khẩu 口 (miệng) và điểu 鳥 (chim). Minh 明 là sáng thì ghép bằng hai chữ nhật và nguyệt. Minh 冥 là tối thì có chữ mịch 冖 là cái nắp che đậy, nên tối tăm.

Ngôn từ càng ngày càng phong phú

Người Việt có tiếng nói riêng, nhưng qua hàng trăm năm chưa có chữ viết riêng. Dưới sự đô hộ của Trung Hoa, tổ tiên chúng ta dùng chữ Hán (Hán tự) để giao dịch việc triều chính. Trong dân gian rất ít người theo học chữ Hán, nên xem như đại đa số dân Việt ngày xưa không biết chữ. Vào khoảng thế kỷ thứ 10, tổ tiên ta bắt đầu phôi thai ra chữ Nôm, là cách viết tiếng Việt bằng các ký hiệu tương tự chữ Hán. Đến thời nhà Hồ và Tây Sơn, Vua Hồ Quý Ly và Vua Quang Trung khuyến khích dân chúng dùng chữ Nôm thay chữ Hán; bước đầu là áp dụng trong văn thư hành chánh. Từ đó, chữ Nôm thịnh hành rồi suy dần vào cuối thế kỷ 19 khi Pháp đặt ách đô hộ cùng sự phát triển của chữ Quốc Ngữ do một số Giáo Sĩ Tây Phương soạn ra.

Nhằm giúp cho việc giảng đạo được dễ dàng, Giáo Sĩ gốc Bồ Đào Nha là Francisco de Pina và vài vị khác đã nghiên cứu áp dụng mẫu tự Latin để viết tiếng Việt. Người có công lớn nhất là Giáo Sĩ người Pháp Alexandre de Rhodes vì ông đã bỏ nhiều công hoàn thiện và soạn ra cuốn tự vị và văn phạm đầu tiên của Việt Nam là cuốn *Dictionarium Annamiticum Lusitanum et Latinum* (Tự Điển Việt - Bồ - Latin) phát hành năm 1651 tại Roma. Giáo Sĩ Alexandre de Rhodes (1593 - 1660), được Hội Truyền Giáo Dòng Tên (The Society of Jesus) ở Roma cử đến Việt Nam năm 1624.

Giáo Sĩ
Alexandre de Rhodes

Năm 1869, nhà cầm quyền thuộc địa Pháp ra nghị định bắt buộc dùng chữ Quốc Ngữ thay hẳn chữ Hán trong công việc hành chánh; qua năm 1879, lại ra nghị định bắt buộc đưa chữ Quốc Ngữ vào ngành giáo dục. Thế là kết thúc số phận chữ Hán và Nôm một cách chính thức.

Khi du nhập văn hoá ngoại lai, cha ông chúng ta đã Việt hoá những từ ngữ các dân tộc khác trong quá trình giao tiếp mà trước hết, là đọc chữ của họ theo âm sắc Việt Nam. Hiện tượng này gọi là Việt hoá. Trong thời gian hàng ngàn năm bị đô hộ bởi Trung Hoa, người Việt thời đó chưa có nhiều từ ngữ, đã phải Việt hoá rất nhiều chữ Hán. Tức là đọc các chữ Hán theo âm Việt mà chúng ta gọi là chữ Hán Việt. Có thể nói chữ Hán Việt chiếm hết gần ba phần tư từ ngữ Việt của chúng ta dùng hiện nay. Việt Nam là quốc gia độc nhất và sớm nhất trong vùng Á Châu có chữ viết theo mẫu tự Latin mà chúng ta gọi là chữ Quốc Ngữ. Khi đường hàng hải phát triển, người từ các lục địa khác đến buôn bán, thăm viếng và đã đem vào nước ta những điều mới lạ, từ tư tưởng cho đến những phẩm vật mà cha ông ta chưa hề biết đến. Sự tiếp xúc với văn hoá Tây phương đã đem góp vào kho tàng Việt Ngữ nhiều chữ mới.

Ví dụ: chữ "bích kê" để thay chữ briquet của Pháp. Sau đó ở miền bắc để ra chữ cái bật lửa, miền trung thì gọi là cái máy lửa, miền nam thì dùng chữ hộp quẹt máy (dù chữ hộp quẹt là nói về hộp diêm có động từ quẹt do động tác quẹt cây diêm vào bên hông cái hộp nhỏ để phát lửa). Chữ hộp quẹt thông dụng và được phân biệt bằng hộp quẹt cây, hộp quẹt ga, hộp quẹt máy.

Những chữ bơ, phô mai, xúc xích, ô tô, đường rầy, nhà ga, con tem, trái banh, là những chữ Tây đã Việt hoá từ chữ beurre, fromage, saucisse, auto, rail, gare, timbre, balle.

Chúng ta chấp nhận các từ ngữ Hán Việt vì chúng gọn gàng và dễ nghe hơn chữ đã dịch sang tiếng Việt thuần túy. Ví dụ: Quốc Trưởng (國長) là người đứng đầu một nước. Không thể có chữ Việt nào gọn hơn.

Nhất là trong lãnh vực chính trị, quân sự, kinh tế khó kiếm ra những chữ Việt thuần túy. Người ta nói hay viết *"ông Bộ Trưởng Bộ Quốc Phòng,"* thay vì nói/viết *"ông Cầm Đầu Bộ Giữ Gìn Đất Nước."* Người ta nói/viết: *Quốc Vương và Hoàng Hậu* thay vì *Ông Vua Nước và Vợ Vua.*

Ai thay được những chữ Tổng Tư Lệnh, Tổng Tham Mưu Trưởng bằng chữ Việt thuần tuý mà vừa ngắn vừa đủ ý, chúng tôi xin cúi đầu bái phục.

Nhưng cũng có rất nhiều từ ngữ Hán Việt có thể dùng từ ngữ Việt cũng gọn và rõ ràng. Ví dụ: phi cơ, tiềm thủy đỉnh, toà Bạch Cung... Tại sao không dùng chữ Việt: máy bay, tàu ngầm, toà Nhà Trắng...? Chúng ta thường

dị ứng với những chữ tàu sân bay, lính thủy đánh bộ, nhà trắng..., vì các chữ đó nghe lạ tai, nôm na, và nhất là do đối phương chúng ta sử dụng. Lấy trường hợp trong các quân binh chủng của quân đội, gần như hầu hết là chữ Hán Việt: Quân Cụ, Quân Nhu, Bộ Binh, Biệt Động Quân, Không Quân, Hải Quân, Địa Phương Quân... lại lọt vào chữ lính Nhảy Dù là chữ Việt thuần túy. Tại sao chấp nhận chữ lính Nhảy Dù, mà phản đối chữ Lính Thủy Đánh Bộ? Có phải đó là do tâm lý, thành kiến và thói quen không?

Người viết cũng thắc mắc, tại sao có thể dùng chữ Trưởng Ty, Trưởng Phòng, Trưởng Ban; mà không dùng chữ Trưởng Bộ, Trưởng Tiểu Đoàn… Chẳng qua là quen dùng thôi. Chẳng thấy có quy luật nào ràng buộc cả.

Ngôn từ mới do sự phát triển kinh tế, chính trị, khoa học kỹ thuật

Cũng thế, văn minh nhân loại tiến bộ, phát minh ra nhiều cái mới mà chúng ta chưa có một Viện Hàn Lâm Ngôn Ngữ hay ít nhất một tập thể ưu tú có kiến thức và thẩm quyền nào ngồi lại để dịch ra chữ Việt. Mà có dịch ra được thì cũng rắc rối lắm vì khó mà nói đủ ý nghĩa trong một vài từ ngữ. Hàn Lâm Viện của Pháp hàng trăm năm nay vẫn ngồi cãi nhau chí choé về chữ nghĩa đấy.

Có những cách dịch mâu thuẫn nhau. Chiếc máy radio mà chúng ta nghe tin tức hàng ngày thì gọi là máy thu thanh. Trong khi cái ti vi để xem hình ảnh thì lại gọi là máy truyền hình mà không là máy thu hình. Vì chữ máy thu hình dùng cho cái camera!

Cái máy computer, ngày nay chúng ta chấp nhận chữ máy điện toán. Nhưng còn hardware, software, input, output, download, upload, save, scan, malware, spyware, keyword… Chúng tôi đã thấy vài nơi dùng chữ "từ khoá" để dịch chữ keyword. Chúng ta thấy khó nghe vì chưa quen tai mà thôi!

Vậy thì có hai giải pháp

(1) Việt hoá nó như chúng ta từng Việt hoá chữ cà phê, xúc xích, nhà ga…

(2) Đặt cho những chữ đó những chữ Việt tương đối đủ nghĩa và dùng riết thì sẽ quen thuộc. Dĩ nhiên ban đầu sẽ có nhiều chống đối. Nhưng quy luật ngôn ngữ là thế, chúng ta phải có sự cảm thông, độ lượng để chấp nhận thôi. Nên nhớ rằng ngày xưa tiếng/chữ Việt thuần túy cũng từng bị các nhà hủ Nho kết án "nôm na là cha mách quẻ". Sự chống đối của họ cũng kéo dài cả hàng trăm năm cho đến mãi khi gần hết triều Nguyễn với sự kết thúc các kỳ thi Hương, thi Hội.

Tại sao không dùng chữ của "Việt Cộng"? Không có chữ Việt Cộng mà chỉ có việc Việt Cộng và dân trong nước dùng sai. Chúng tôi đã có viết một bài khẳng định rằng tất cả từ ngữ Việt đang được sử dụng hiện nay ở quốc nội hay hải ngoại đều là ngôn từ chung của dân tộc Việt. Việt Cộng chẳng đẻ ra chữ nào mới. Vấn đề là họ thay đổi, gán ghép, hoán chuyển và dùng sai nên trở thành lố bịch, sai nghĩa. Ngoài ra còn nhiều từ ngữ rất chính xác mà chúng ta né tránh, dị ứng vì lý do chính trị, để cho họ độc quyền sử dụng. Ví dụ: các chữ **giải phóng** (liberation), đường **cao tốc** (high speed), **kỹ thuật số** (digital), **nhu liệu** (software).

Trong phần tiếp theo đây, chúng tôi dùng chữ nghiêng có gạch dưới cho những câu của Việt Cộng sử dụng (sai), và chữ nghiêng không gạch cho những câu

21

mà chúng ta sử dụng (đúng). Chúng tôi chỉ nêu tượng trưng một số chữ.

Một vài thí dụ về những cách dùng nên tránh:

1.- Hiện nay bên Việt Nam, người ta thường bỏ bớt chữ trong một từ ngữ kép:

- **Căng**: Không nên nói "*Tình hình căng lắm.*" Nên nói "*tình hình căng thẳng lắm.*"

- **Quyết**: Không nên nói "*Cấp trên đã quyết.*" Nên nói "*cấp trên đã quyết định.*"

- **Quản**: Không nên nói "*Việc này để bên Bộ Nội vụ quản.*" Nên nói "*... để bộ Nội Vụ quản lý.*"

- **Bèo**: Không nên nói "*Món này bèo lắm.*" Nên nói "*Món này rẻ như bèo.*"

- **Điều** (điều động): Không nên nói "*Mỹ điều tàu ra Thái Bình Dương.*" Nên nói "*Mỹ điều động tàu ra Thái Bình Dương.*"

- **Bang**: Không nên nói "*Tôi cư ngụ ở bang Texas.*" Nên nói "*Tôi cư ngụ ở Tiểu Bang Texas.*"

- **Chất**: Không nên nói "*Ai cũng muốn sống chất.*" Nên nói "*Ai cũng muốn cuộc sống đầy đủ.*"

- **Đỉnh**: Không nên nói "*Cô ta hát đỉnh!*" Nên nói "*Cô ấy hát hay tuyệt!*"

- **Vất**: Không nên nói "*Nó làm ăn vất lắm.*" Nên nói "*Nó làm ăn vất vả lắm.*"

- **Chuẩn**: Không nên nói "*Làm thế là chuẩn.*" Nên nói "*Làm thế là đúng tiêu chuẩn.*"

2.- Nhiều chữ miền Bắc ít được dùng và chúng ta ít nghe, nên chúng ta dị ứng vì hiểu lầm là chữ có sau này:

▪ **Hoành Tráng** là tĩnh từ dùng cho các để nói về bất cứ cảnh quan có quy mô to lớn, rộng rãi; không ai nói buổi tiệc hoành tráng được. Tiếng Việt phong phú; có rất nhiều tĩnh từ khác nhau để nói về từng trường hợp khác nhau: Lâu đài *nguy nga*, núi non *hùng vĩ*, cảnh diễn binh *hùng tráng*, căn phòng *tráng lệ*, công trình *quy mô*, khu vườn *mỹ lệ*, cảnh sắc *huy hoàng*, buổi tiệc *linh đình*…

▪ **Xiển Dương**: Lan truyền rộng ra (promote, propagate). Ví dụ: *Chúng ta cần xiển dương chính nghĩa quốc gia.*

▪ **Mẫn Cán**: Làm việc siêng năng, lanh lẹ. Ví dụ: *Ông B. là một công chức mẫn cán.*

▪ **Chỉnh Chu** (chỉnh tề và chu đáo). Ví dụ: *"Ông bà tiếp đãi chỉnh chu."* Người miền Nam có lẽ ít nghe hai chữ này. Việc ghép hai chữ có nghĩa gần và bổ túc nhau cũng có thể chấp nhận được (ví dụ chữ đơn giản từ hai chữ đơn sơ và giản dị).

▪ **Lễ Tân** (Lễ: nghi lễ, phép tắc; Tân: khách). Nếu có đặt thành chữ mới, thì chỉ dùng trong trường hợp trang trọng như *"Ban Lễ Tân của bộ Nội Vụ…"* nhưng không thể *"cô lễ tân trong khách sạn,"* mà nên nói *"cô tiếp tân của khách sạn."*

▪ **Tinh tươm**: thay cho chữ *tinh xảo, tươm tất*.

▪ **Quá độ**: Theo Việt Nam Tự Điển của ông Lê Ngọc Trụ (nhà sách Khai Trí, trang 1186) và Việt Hán Tự Điển của ông Huỳnh Minh Xuân (nhà xuất bản Đại Nam, trang 649), quá độ có nghĩa là qua khỏi thời gian cũ để chuyển sang thời gian mới (transition/transitional).

Ngày trước, chúng tôi không nghe chữ này nên thường dị ứng khi nghe dùng trong câu "*Đây là thời kỳ quá độ đi lên Chủ nghĩa Xã hội.*"

Có những chữ ghép một cách không đúng:

- **Vụ việc**: Đã vụ thì không cần việc, và hai chữ này dùng trong trường hợp khác nhau: *Một vụ án, một việc làm tốt.* Vụ giết người khác nghĩa việc giết người.

- **Cặp đôi** (vừa cặp vừa đôi!): Không thể nói "*một cặp đôi nam nữ xứng hợp.*" Nên nói "*một đôi nam nữ xứng hợp.*"

Cặp và đôi là hai chữ riêng biệt để nói về số lượng. Tuy cùng có nghĩa là hai, nhưng cách dùng thì lại khác. Người ta dùng chữ "đôi" khi nói về hai người, hai vật mà có sự gắn bó, không thể tách rời ra. Đôi vợ chồng, đôi tình nhân, đôi bạn, đôi đũa, đôi giày… Những thứ này gắn bó, bổ túc cho nhau để trở thành một "mình với ta tuy hai mà một; ta với mình tuy một mà hai." Đôi bạn, đôi vợ chồng mất đi một thì đời sẽ là vô nghĩa. Một chiếc đũa, một chiếc giày thì trở thành vô dụng. Hãy nhớ lại tựa đề cuốn tiểu thuyết *Đôi Bạn* của Nhất Linh và câu "Miếng trầu cau nên đôi vợ chồng, đôi vợ chồng nghèo…" trong bản nhạc "Tình Nghèo" của Phạm Duy. Dĩ nhiên cũng có các ngoại lệ. Ví dụ: người cụt một chân, cụt một tay, chột mắt, hay có tật chân cao chân thấp…

Chữ cặp dùng một cách chung cho những gì có hai cái mà không nhất thiết cần kết hợp. Ví dụ: cặp vịt, cặp bánh chưng… Ghép chung hai con vịt, hai cái bánh hay tách ra từng con vịt, một cái bánh cũng chỉ thay đổi số lượng mà không thay đổi tính cách. Vì thế, nên lựa chọn hoặc dùng chữ đôi, hoặc chữ cặp cho những điều mình muốn nói. Không thể tham lam dùng cả hai chữ "cặp đôi" vì như thế, nó có nghĩa là 4 thay vì muốn nói tới hai vật. Và nhất là nghe hai chữ "cặp đôi" nó kỳ quặc, chướng tai vô cùng.

Có khi họ ghép một chữ Hán vào với chữ Việt thuần túy tuy cả hai chữ cùng một nghĩa như bến cảng, in ấn…

Những thí dụ về việc dùng sai:

1.- Danh từ dùng như động từ hay tĩnh từ.

▪ **Chất lượng** (mức độ phẩm chất). Phải nói đủ *"Hàng này* có *phẩm chất* cao" thay vì nói trống không *"Hàng này chất lượng."* Lượng nói về những gì có thể cân, đo, đong, đếm được.

▪ **Ấn tượng** là danh từ (impression). Người bên Việt Nam ngày nay dùng thay tĩnh từ (impressive) khi nói *"Ca sĩ X ăn mặc ấn tượng"* mà lẽ ra *"Cách ăn mặc lố lăng của ca sĩ X gây ấn tượng xấu…").* Hoặc như động từ (impress): *"Tôi ấn tượng điều anh nói."* Nên nói *"Lời anh nói cho tôi một ấn tượng tốt."* Trong Anh ngữ, có nhiều chữ cùng một gốc để dùng trong trường hợp khác nhau. Ví dụ: impression (danh từ), impress (động từ), impressive (tĩnh từ).

▪ **Tâm tư** có nghĩa là sự suy nghĩ nặng về cảm tình. Một anh cao cấp Việt Cộng nói với nhân viên: "*Tôi tâm tư hoàn cảnh của anh.*" Lẽ ra phải nói: "*Tôi ưu tư về hoàn cảnh của anh.*"

▪ **Khả năng** là danh từ, không thể dùng như động từ. Khả năng là điều kiện nội tại, là năng lực để làm một việc gì. Tiếng Anh nó là chữ able/capable, ability/capacity. Trong khi *có thể* (chữ "can" trong Anh ngữ) là còn do điều kiện khách quan tác động từ bên ngoài. Ví dụ: "*Cô ấy có khả năng viết văn, nhưng cô không thể viết lúc này vì bận con nhỏ.*" Vì thế, không thể nói "*Trời khả năng mưa.*" Nên nói "*trời có thể mưa.*"

▪ **Trình độ** là danh từ. Không thể dùng như tĩnh từ. Không nên nói "*Anh này trình độ nhỉ!*" Nên nói "*Anh này có trình độ nhỉ!*" Có lần, chúng tôi còn nghe câu kỳ lạ: "*Anh này trình thật!*"

2.- Dùng sai nghĩa:

▪ **Vô tư** (nghĩa đúng là không suy nghĩ). Không thể nói: "*Cứ ăn uống vô tư!*" Nên nói "*Cứ ăn uống thoải mái.*"

▪ **Chuyên trị** (nghĩa đúng là dùng để trị một bệnh gì). Không thể nói: "*Anh hoạ sĩ này chuyên trị tranh màu*" mà phải là "*Anh hoạ sĩ chuyên vẽ tranh màu.*"

▪ **Tiếp cận** là kế cạnh, sát bên, next to. Không thể dùng thay chữ đến gần (approach) hay tiếp xúc (contact). Không nên nói: "*Cô ta tiếp cận ông X.*" Nên nói *"Cô ta tiếp xúc ông X."* Một thí dụ đúng về chữ tiếp cận: *"Nhà nàng tiếp cận nhà tôi."*

▪ **Thể hiện** là biểu lộ (express). Không thể viết *"Cái bánh chưng khổng lồ do bà X thể hiện."* Nên nói *"Cái bánh chưng khổng lồ do bà X làm/ thực hiện."* Câu dùng chữ thể hiện đúng: *"Cách ăn nói của anh thể hiện tư cách đứng đắn."*

▪ **Liệt sĩ** là người có khí tiết mạnh mẽ. Dùng chữ *liệt sĩ* để nói về những người chết trận (Nghĩa trang Liệt Sĩ) là sai. Phải dùng chữ *tử sĩ để nói vê người lính đã hy sinh.*

▪ **Tài khoản** (chỉ dùng trong tài chánh). Không nên nói *"Tài khoản Facebook, tài khoản Yahoo."* Chữ Account theo nghĩa này chưa thấy chữ Việt tương đương. Tại sao không Việt hoá nó?

▪ **Thông tin** (không thể dùng thay chữ tin tức). Thay vì nói *"Anh cho tôi thông tin về vụ này,"* nên nói *"Anh cho tôi tin tức về vụ này."*

▪ **Tư liệu** (trong Hán tự có 28 chữ Tư, trong đó ghép với chữ Văn thành Tư Văn là văn thư qua lại của các quan). Không nên viết *"Tư liệu chiến tranh,"* nên viết *"Tài liệu chiến tranh."*

▪ **Thống nhất** (hợp lại, unify). Không nên dùng chữ này theo nghĩa là đồng ý (agree). Thay vì viết *"Các bác sĩ thống nhất trong việc giải phẫu,"* nên sửa là *"Các bác sĩ đồng ý việc giải phẫu."*

▪ **Thu hoạch** (thường dùng trong nông nghiệp là gặt, hái, lượm). Không nên nói *"Học sinh làm bài thu hoạch."* Nên nói *"… bài thi tổng kết, cuối khoá."*

▪ **Thiếu đói** (ý nói không có ăn). Nhưng nếu hiểu cho đúng, thiếu đói là không đói; tức là có ăn! Tại sao không chỉ nói họ bị *đói*, hay bị *thiếu ăn*?

▪ **Tình huống** (circumstance) tuy có vẻ gần gũi với chữ "tình hình" và tình thế" (situation), nhưng cách dùng khác nhau. Tình huống xảy ra là hậu quả của hành vi nào đó. Ví dụ: *Việc rút quân bất ngờ tại Afghanistan đã đưa đến một tình huống khó cứu vãn. Tình hình kinh tế có phần suy sút. Tình thế đã nghiêm trọng lắm rồi.*

▪ **Linh tinh**: Khi ở trong các trại tù cải tạo, công an quản lý rầy rà những người tù khi họ làm điều lộn xộn. Ví dụ: *"Các anh này nấu nướng linh tinh."* Thật ra, linh tinh là các thứ vụn vặt (miscellaneous) không đủ số lượng để xếp vào một chủng loại nào. Ví dụ; Khi chúng ta xếp vào tủ các loại áo chemise, áo lạnh, quần ngắn, quần dài… ; Còn lại vớ, khăn tay, bao tay… chúng ta liệt vào các thứ "linh tinh."

▪ **Quá trình**: Bên Việt Nam dùng chữ quá trình rất tùy tiện. Thật ra, nghĩa của nó là những điều, những diễn biến (process) **đã** xảy ra theo một trình tự. Ví dụ: *"Chúng ta đã làm xong một quá trình xây dựng phức tạp."* Còn những gì chưa làm thì nên dùng chữ "tiến trình." Ví dụ: *"Anh cho biết tiến trình thực hiện việc này ra sao."* Cũng cần biết thêm chữ chu trình cũng là một tiến trình trọn vẹn để hoàn tất công việc.

Chúng ta nghe có những bài viết bên Việt Nam, và ngay ở hải ngoại, họ dùng những chữ một cách rất kỳ lạ.

▪ **Văn hóa**: Có khuynh hướng ghép chữ văn hóa bừa bãi. Họ viết trong bài báo về du lịch *"Tại Nhật không có văn hoá típ, văn hoá ẩm thực của người Phi."*

Nên viết đơn giản *"Nhật không có thói quen cho tiền tip,"* hay *"vấn đề ăn uống của người Phi."*

▪ **Xử lý**: Không nên nói *"Rau được xử lý xong cho vào chảo luộc,"* *"Cầu thủ xử lý đường bóng."* Nên nói *"Rau được nhặt rửa xong cho vào chảo luộc"* và *"Cầu thủ chuyền một đường banh."*

▪ **Ùn tắc** (tắc nghẽn). Không nên nói *"Cuối ngày Chủ nhật, lưu thông ùn tắc."* Nên nói *"Cuối ngày Chủ nhật, việc lưu thông bị tắc nghẽn."*

▪ **Trần và Sàn** (Ceiling hay Maximum, Threshold hay Minimum). Không nên nói *"Giá trần của căn nhà."* Nên nói *"Giá cao nhất của căn nhà."*

▪ **Chùm**: Không nên nói *Chùm ảnh, Chùm thơ.* Sao không nói dễ nghe *"tập ảnh, loạt thơ."*

▪ **Tốp ca**: Không nên nói *"Ban tốp ca nữ."* Nên nói *"Ban hợp ca nữ."*

▪ **Cá thể** (muốn nói một đơn vị): Báo chí bên Việt Nam viết *"Cảnh sát bắt được hai cá thể vi phạm,"* nên viết *"Cảnh sát bắt được hai người vi phạm."*

▪ **Tác nghiệp** (ý muốn nói làm việc chuyên môn): Không nên nói *"Các phóng viên đến tác nghiệp,"* *"Cảnh sát đến nơi tác nghiệp."* Nên dùng chữ *"lấy tin"* hay *"làm việc/điều tra."*

▪ **Giao lưu**: Không nên nói *"Hai chị em giao lưu suốt buổi tối."* Nên nói *"Hai chị em trò chuyện suốt buổi tối."*

▪ **Phản hồi**: Việt Cộng viết trong bài báo *"Không thấy phía Mỹ phản hồi."* Nên nói *"Không thấy phía Mỹ phản ứng / trả lời."*

▪ **Khủng** (ý nói khổng lồ): Không nên nói "Cái xe *khủng* này, giá *khủng.*" Nên nói "*cái xe lớn, giá cao.*"

▪ **Diễu hành, diễu binh**: Không nên nói "*Đi diễu hành ngày Quốc Khánh.*" Lẽ ra phải là "*diễn hành, diễn binh,*" vì diễu hành có nghĩa là đi vòng vòng có tính cách vui chơi, không trang trọng.

Những chữ không thấy trong các từ điển Việt Nam lẫn Hán Việt

Bức xúc (chỉ có chữ bức xức), **động thái** (ý muốn nói đến động tác, hành động), **giao lưu** (ý muốn nói đến trao đổi), **hồ hởi**, **hiệp đồng** (tự điển có chữ hợp đồng có nghĩa giao kèo), **lễ tân** (ý muốn nói tiếp khách) … Còn nhiều lắm!

Khuynh hướng ưa đảo thứ tự các chữ kép, nghe chướng tai vô cùng: bảo đảm, đơn giản, họ đảo thành **đảm bảo, giản đơn**… Rồi lại có tình trạng đổi chữ "i" thành chữ "y" như bác sĩ, nghệ sĩ, liệt sĩ thành **bác sỹ, nghệ sỹ, liệt sỹ;** hay ngược lại, như vô lý thành **vô lí,** chia ly thành **chia li**. Nhiều người có khuynh hướng cải cách chữ "i" và "y" cho đơn giản nhưng chưa được hưởng ứng rộng rãi vì có nhiều trường hợp không thể thay chữ y thành i được. Ví dụ: Thúy và thúi, may và mai.

Nói qua về cách dùng trạng từ

Cách dùng trạng từ. Trong khi tĩnh từ bổ nghĩa cho danh từ, thì trạng từ bổ nghĩa cho động từ, hay đôi khi cho tĩnh từ.

Ví dụ. *Anh ta nói tiếng Anh một cách thành thục. Chị ta cư xử khôn khéo.*

Như thế, vị trí của trạng từ là theo sát động từ, trước hay theo sau.

Ví dụ: *Cô Ba nhanh nhẩu trả lời. Cô Ba trả lời một cách nhanh nhẩu.*

Chỉ có khi cần nhấn mạnh, người ta mới đặt trạng từ ra trước, nhưng phải cách mệnh đề bằng một dấu phẩy.

Ví dụ: *Đột nhiên, anh ta ngã xuống.*

Chúng ta thấy bây giờ người bên Việt Nam viết báo, hầu hết cho trạng từ ra đầu câu.

Ví dụ: ***Choáng*** *công thức pha chế sữa đậu nành "bẩn" của Việt nam.* ***Kinh hoàng*** *đứa cháu chém bà ngoại vì không xin được tiền.*

Câu trước chữ choáng viết ngắn của choáng váng, nghe đã chướng tai, rồi lại đặt nó ở đầu câu, nghe càng khó chịu.

Những cách dùng nên tránh

Có nhiều tên người, tên các quốc gia; nên giữ nguyên chữ của nước họ, hay đọc theo âm Việt Nam, hay dịch sang tiếng Việt?

Tên người, tên quốc gia là các danh từ riêng. Chắc chắn không ai dịch danh từ riêng ra tiếng nước mình mà có thể đọc theo âm sắc nước mình, nhất là giới bình dân. Nhưng khi đọc như thế, nghe vừa kỳ cục vừa bất lợi khi một người ta cần tra cứu và tìm hiểu thêm, sẽ không làm được vì không biết nguyên từ của các chữ đó để tìm trong tự điển hay trên Google. Vì thế, theo ý tôi, tên các quốc gia, tên người (nói chung là danh từ riêng) nên để nguyên văn.

Tên các quốc gia, người Việt đọc theo chữ Hán. Người Trung Hoa họ đọc nguyên từ theo phát âm Trung Hoa, rồi viết ra theo chữ Hán. Người Việt lần nữa đọc chữ Hán đó theo âm Việt.

Vì thế, nhiều danh từ khi đọc tiếng Việt càng xa với nguyên từ.

Vài thí dụ:

• Roma: Người Trung Hoa không phát âm được chữ 'R'. Họ đọc thành 'L'. Roma thành Lỏ Ma. Việt đọc thành **La Mã**.

• France: Trung Hoa đọc là Phơ Lang Sa. Việt đọc theo chữ Hán thành Pháp Lang Sa, gọi tắt là **Pháp**.

• Espagne: Trung Hoa đọc là Sì Pa Nhơ, Việt thành **Tây Ban Nha.**

• America: Trung Hoa đọc là A Mei Li Ca, Việt đọc thành Á Mỹ Lợi Á, gọi tắt là **Mỹ**.

• Washington: Trung Hoa đọc Hwa-Shing-Tơn, Việt đọc lại thành **Hoa Thịnh Đốn**.

Quý vị thấy, về mặt này, người Trung Hoa họ Hán Hoá các danh từ riêng của Tây Phương. Đó là chuyện của họ, coi như tạm ổn vì họ phát âm không khác mấy nguyên từ. Nhưng khi cha ông chúng ta lại phiên âm thêm lần nữa (Việt hoá các chữ Hán) thì càng xa lạ với nguyên từ. Vì thế, tôi thích để nguyên từ của Tây Phương. Có vị hỏi đọc thế nào tên người, tên các nước không dùng mẫu tự Latin như Ả Rập, Trung Hoa, Cambodia, Laos… Xin thưa, hãy dùng tên bằng Anh Ngữ vì đó là ngôn ngữ nhiều người biết.

Nhưng đó là ý kiến của riêng tôi. Còn vị nào muốn giữ các chữ Việt thì tùy họ.

Việc Việt hoá những danh từ riêng Tây Phương cũng không nên. Vì khi đọc nghe chướng tai lắm. Người ta từng chế nhạo việc phiên âm các tên Nga như Móc Cu Ra Bóp, Lút Mi La; hay tên Lào như Cay Xỏn, Chủ Tịch Quốc Hội Thái Lan là Sổm-sặc Kiệt-sụ-ra-nôn… Và nếu một người cần tra cứu thêm, thì phải dùng nguyên từ, chứ dùng danh từ đã Việt Hoá sẽ không tìm thấy trong sách vở ngoại quốc hay trên internet.

Thủ tướng Nguyễn Tấn Dũng hội kiến; Chủ tịch QH Nguyễn Sinh Hùng đón, hội đàm với Chủ tịch QH Thái-lan Sổm-sặc Kiệt-sụ-ra-nôn
■ Chiêu đãi trọng thể chào mừng Đoàn

Ví dụ, khi cần nói với người Mỹ, nếu chúng ta đọc Ý Đại Lợi, Hoa Thịnh Đốn, Đặng Tiểu Bình, Lý Bằng… không ai biết cả. Nhưng nếu đọc Yi Ta Li, Hwa-Shing-Tơn, Teng Xiẻo Ping, Li Ping thì chắc có người biết ngay.

Một điểm đáng nói, là tiếng Việt đọc theo đơn âm,

tiếng các nước Tây phương theo đa âm. Hai cách phát âm cũng khác xa. Vì thế, với các danh từ riêng, thay vì đọc rời từng âm một (ví dụ: Ca-Li-For-Nia), nên tập đọc nhanh thành một chuỗi âm (California).

Vài thí dụ nhà cầm quyền và báo chí Việt Nam Cộng Sản đã Việt hoá các danh từ riêng và viết rời thành từng chữ đơn âm:

- Christina: **Khơ Ri Chi Na**
- Gorbachev: **Go Rơ Ba Chốp**
- Tchenenko: **Tờ-Réc-Nen-Cô,** có khi là **Chéc Nen Cô**
- Johnson: **Giôn Xơn**
- **Iran, Iraq:** Có thời họ đọc là "Một Răng," "Một Rắc."

Chúng tôi đã nhiều lần lên tiếng về tình trạng thoái hoá của tiếng Việt trong nước, và nhắc nhở những người quốc gia tại hải ngoại, nhất là các nhà văn, nhà báo phải cẩn thận khi chuyển tin, sao chép tin từ trong nước, hay là khi viết bài vở, phải dò kỹ, thật kỹ để không lọt những từ ngữ kỳ quái này vào. Hiện nay, các đài truyền hình, truyền thanh lớn như BBC, VOA, cả RFA cũng tuyển dụng những nhân viên sanh đẻ, lớn lên, hấp thụ văn hoá Việt Nam Cộng Sản, nên trong các bài viết của họ, nhan nhản những chữ sai. Vì đa số báo chí hải ngoại ít nhân viên, không nhiều thì giờ để chăm sóc, nên hiện tượng này cứ tiếp diễn dài dài. Nó vô tình đầu độc chúng ta, làm cho người đọc quen dần và không cảm thấy khó chịu. Chúng tôi biết có nhiều nhà văn, nhà bình luận, thậm chí nhiều nhà hoạt động cộng đồng, đoàn thể, thỉnh thoảng vẫn dùng những chữ sai như nói ở trên.

Ở trong nước thì chúng tôi khó trách. Vì gần hết dân số 90 triệu họ nghe, đọc và nói quen rồi. Lâu dần, nó trở thành tiêu chuẩn mà chúng ta đành bất lực. Vấn đề đúng sai, hay dở thật ra chỉ là tương đối. Cái đúng, cái hay của người này có thể là cái sai, cái dở của người kia! Khi đa số mọi người chấp nhận điều mà quá khứ coi là sai, thì trong hiện tại hay tương lai nó sẽ là điều đúng. Chuyện của dân trong nước, mình đành chịu thua!

Nhưng khi còn gần ba triệu người ở hải ngoại mà đại đa số hấp thụ văn hoá Việt Nam chính thống, chúng ta phải kiên quyết bảo lưu văn hoá của chúng ta. Chúng ta phải hết lòng, không buông tay bỏ cuộc.

Cẩn thận, tránh dùng chữ bừa bãi lố lăng

Trong sinh ngữ, luôn có sự thay đổi thêm bớt cho phù hợp sự phát triển và hoàn cảnh xã hội. Vì thế, không nên câu nệ quá mức là chữ của Việt Cộng hay chữ chúng ta quen thuộc ở miền Nam. Miễn sao các từ ngữ được dùng đúng nghĩa, hợp lý. Ngôn ngữ là của chung, xin không để cho ai độc quyền những chữ mà chúng ta có thể dùng được. Chúng ta có thói quen Việt hoá những chữ ngoại quốc mà không thể dịch sang Việt ngữ chính xác: cái bích kê, bơ, phô mai, mô tô, vi la, tủ buýp phê, xe buýt... Vì thế, cũng có thể tạm dùng: Marketing, Share... trong khi chờ cách nào dịch nghe êm tai.

Chữ dùng sai	Nghĩa theo Từ điển VN	Cách dùng sai của Việt Cộng	Nên viết
Ấn tượng	Danh từ, không thể dùng như động từ hay tĩnh từ	Cô Lan mặc áo ấn tượng. Tôi ấn tượng ca sĩ X	Cách ăn mặc của cô tạo một ấn tượng tốt trong tôi.
Bảo quản		Chiếc xe được bảo quản	Chiếc xe được bảo trì/gìn giữ
Bèo		Thứ này bèo lắm	Thứ này rẻ/xoàng lắm
Biểu đạt			Diễn đạt
Bồi dưỡng		Bồi dưỡng kiến thức	Trau dồi kiến thức
Bức	Bức xúc =	Tình hình làm	Tình hình làm tôi lo

xúc	thúc giục	tôi bức xúc	lắng, bứt rứt
Ca từ			Lời ca
Cá thể		Làm chết hai cá thể bò	Làm chết hai con bò
Cách li	Tách riêng ra một nơi vì bệnh hay vì sự nguy hiểm	Bên VN không phân biệt cách ly và cô lập.	Anh ấy bị cách ly vì mắc bệnh Covid-19. Cậu ấy bị bạn bè cô lập vì tính nết xấu.
Cải tạo		Cải tạo bãi đá ngầm	Biến đổi bãi đá ngầm
Căn hộ		Mới mua căn hộ ở Huế	Mới mua căn nhà ở Huế
Cần vụ		Người cần vụ	Người phụ việc
Căng		Tình huống căng lắm	Tình hình căng thẳng
Cặp đôi	Cặp và đôi là hai chữ cùng nghĩa, nhưng cách dùng khác nhau.	Một cặp đôi xứng đáng	Một cặp vịt béo. Một đôi vợ chồng hạnh phúc. Một đôi giày mới.
Chất lượng	Mức độ phẩm chất	Chiếc xe có chất lượng.	Chiếc xe phẩm chất tốt
Chất giọng		Ca sĩ X có chất giọng cao	Ca sĩ X có giọng hát cao
Chế độ		Xe ô tô dùng chế độ sang số	Xe hơi có số tay

		tay	(sang số bằng tay)
Chỉnh chu		Anh đón tiếp chỉnh chu quá	Anh đón tiếp chu đáo quá
Choáng		Choáng công thức pha chế sữa đậu nành "bẩn" của Việt nam	Cách pha chế sữa đậu nành "bẩn" của Việt Nam làm chúng ta choáng váng
Chọc khe		Vận động viên X vừa thực hiện một cú chọc khe tuyệt đẹp	Cầu thủ X đá cú banh lòn qua đối thủ
Chồng lấn			Chồng chéo
Chuẩn		Đào tạo theo chuẩn Hoa Kỳ	Đào tạo theo tiêu chuẩn Hoa Kỳ
Chức năng	Vai trò, sự phân công	Báo cáo lên cơ quan chức năng	Báo cáo lên cơ quan có thẩm quyền
Chùm thơ/ảnh		Chùm thơ của thi sĩ Mộng Vàng	Những bài thơ của thi sĩ Mộng Vàng. Tập ảnh thắng cảnh Âu Châu.
Chuyển ngữ		Chuyển ngữ bài thơ	Dịch bài thơ
Chuyên trị	Dùng trong y khoa	Anh ta chuyên trị vẽ "truyền	Anh ta sở trường về vẽ truyền thần

		hình"	
Cơ bắp		Khoe cơ bắp	Khoe bắp thịt
Con chữ		Nhà văn bắt đầu từ những con chữ	Nhà văn bắt đầu từ những chữ
Cơ hội	Cơ may có tính chất tích cực	Không chích ngừa, có cơ hội đi bệnh viện	Cô X có giọng hay, có cơ hội đoạt giải thi tuyển lựa ca sĩ.
Cự li	Khoảng cánh	Hai người giữ cự li	Hai người giữ khoảng cách
Cực kỳ		Hát hay cực kỳ	Hát hay tuyệt
Đại gia	Nhà có danh tiếng, Việt Cộng dùng để nói người giàu có	Đại gia chi tiền khủng	Nhà giàu xài tiền quá mức
Đăng ký	Biên chép vào	Đăng ký kỳ thi Trung học	Ghi danh kỳ thi Trung học
Đáp án		Tìm đáp án cho bài toán/ vấn đề	Tìm đáp số, giải pháp
Đề xuất		Chúng tôi đề xuất phương án	Chúng tôi đề nghị kế hoạch/dự án
Điểm nhấn		Chiếc cà vạt là điểm nhấn trên người anh ta	Chiếc cà vạt là thứ nổi bật trên người anh ta

Điểm sàn		Điểm sàn để được thu dụng	Điểm tối thiểu để được tuyển dụng
Diễu binh		Diễu binh ngày lễ lớn	Diễn binh ngày lễ lớn
Dự kiến			Dự định
Đâm xe			Tông xe
Đề xuất			Đề nghị
Điều		Mỹ thách thức lại bằng cách điều tàu	Mỹ thách thức lại bằng cách điều động tàu
Động não		Phải động não ra mà hiểu	Phải vắt óc ra mà hiểu (hay nặn óc)
Động thái		Chưa thấy động thái của họ	Chưa thấy hoạt động/động tĩnh gì.
Đột biến		Giá vàng tăng đột biến	Giá vàng tăng đột ngột/bất ngờ
Đột xuất		Anh ta đột xuất bước tới	Anh ta bất ngờ bước tới
Đứng lớp		Thầy A đứng lớp 5	Thầy A dạy lớp 6
Giải phóng	Đem lại tự do	Giải phóng mặt bằng	Giải toả, dọn dẹp diện tích hay cái gì đó...
Giáo án		Cô giáo soạn	Cô giáo soạn bài

		giáo án	giảng
Giao lưu	Không có trong tự điển VN	Chúng tôi giao lưu suốt đêm	Chúng tôi trò chuyện suốt đêm
Giật tít		Báo giật tít về Biển Đông	Báo loan tin về Biển Đông
Hậu cần		Phòng hậu cần	Phòng tiếp liệu
Hiển thị		Hiển thị trên màn hình	Hiện ra trên màn hình
Hiệp đồng	Tự điển có chữ Hợp Đồng là giao kèo	Các binh đoàn chiến đấu hiệp đồng	Các binh đoàn phối hợp chiến đấu
Hồ hởi	Không có trong tự điển VN	Tôi rất hồ hởi	Tôi rất vui mừng
Hộ khẩu	Chữ này có trong tự điển, nghĩa là số nhà, số người	Sổ hộ khẩu (không sai, nhưng do Việt Cộng dùng)	Sổ gia đình (VNCH dùng)
Hoành tráng	To lớn rộng rãi	Buổi lễ hoành tráng	Buổi lễ thì phải nói long trọng. Hoành tráng dùng cho những thứ cụ thể như công trình, kiến trúc...
Hồi			Phúc đáp, phản ứng

đáp			(tùy trường hợp)
Hội ý	Bàn bạc	Các bác sĩ hội ý...	Các bác sĩ bàn bạc, thảo luận
Kênh		Kênh truyền hình CNN	Đài truyền hình CNN
Kênh ngoại giao	Dịch từ chữ Diplomatic Channel		Theo hệ thống ngoại giao
Khả năng	Dùng như động từ!	Trời khả năng mưa	Trời có thể mưa
Khẩn trương		Làm khẩn trương lên	Làm nhanh lên
Khống chế số liệu		cô nhớ khống chế số liệu chi trả	cô nhớ hạn chế việc chi tiêu
Khủng	To lớn	Giá khủng, xe khủng	Giá đắt khủng khiếp, xe lớn khủng khiếp
Kịch tính	Có tính chất trình diễn	Buổi nói chuyện đầy kịch tính	Buổi nói chuyện đầy sôi nổi
Lễ tân		Các cô trong ban lễ tân	Các cô trong ban tiếp tân
Lên lớp		Cô giáo soạn giáo án trước khi lên lớp	Cô giáo soạn bài giảng trước khi vào lớp (dạy),

Lên phương án		Họ lên phương án	Họ lập kế hoạch
Liệt sĩ	Người có khí tiết mạnh mẽ (không phải người chết) trận)	Liệt sĩ trong chiến tranh chống Pháp	Tử sĩ trong chiến tranh chống Pháp
Lô Gích			Hợp lý
Nghệ danh		Cô Lê thị A có nghệ danh Mi Mi	Cô Lê thị A tức ca sĩ Mi Mi
Nghiêm túc		Trả lời nghiêm túc	Trả lời một cách đứng đắn (nghiêm trang, nghiêm chỉnh)
Ngưỡng	Mức tối thiểu	Ở ngưỡng	Ở mức tối thiểu, thấp nhất
Nhất trí		Tôi xin nhất trí	Tôi xin đồng ý
Nội hàm			Bao hàm, hàm chứa
Nội y		Cô tài tử Anna dùng nội y hàng hiệu	Cô tài tử Anna dùng đồ lót nhãn hiệu nổi tiếng
Ô tô con		Xe container đè hai ô tô con	Xe container đè hai xe du lịch.

Phản cảm		Cô gái ăn mặc phản cảm	Cô gái ăn mặc chướng mắt/khó coi
Phản hồi	Trở lại, trở về	Repsol đã không phản hồi câu hỏi của BBC	Repsol đã không trả lời câu hỏi của BBC
Phục vụ		Khách được phục vụ trà bánh	Khách được mời trà bánh
Phượt thủ			Khách du lịch
Quản	Rút ngắn chữ quản lý, quản trị	Việc này tôi sẽ quản	Việc này tôi sẽ lo
Quan hệ	Có dính dáng, mắc míu với nhau	Tôi sẽ quan hệ với cơ quan X.	Anh A và chị B có mối quan hệ gia đình. Tôi sẽ liên lạc với cơ quan X.
Quan chức	Xưa có chữ Quan Viên là người làm việc quan	Có mặt đầy đủ các quan chức Bộ Ngoại Giao	Có mặt đầy đủ các viên chức Bộ Ngoại Giao
Quy trình phê duyệt			Việc duyệt xét, phê chuẩn
Quyết	Rút ngắn chữ quyết định	Trên đã quyết	Cấp trên đã quyết định

44

Sát thủ		Bắt được tên sát thủ	Bắt được tên sát nhân (giết người)
Sở hữu	Cái thuộc về mình (danh từ)	Tài tử Mi Mi sở hữu đôi mắt đẹp	Tài tử Mi Mi có đôi mắt đẹp. Căn nhà này thuộc quyền sở hữu của tôi.
Sốc		Câu nói gây sốc	Câu nói gây bàng hoàng
Sự cố	Hai chữ đều có chung nghĩa là một việc.	Sự cố kỹ thuật	Trở ngại/trục trặc kỹ thuật
Tác nghiệp	Không có trong tự điển VN	Các ký giả đến tác nghiệp	Các ký giả đến săn tin. Ông Nam hành nghề ở Sài Gòn.
Tài khoản	Trương mục ngân hàng. Chữ tài có nghĩa về tiền bạc (tài chánh).	Mở tài khoản Yahoo	Chữ tài khoản chỉ dùng trong việc dính líu đến tiền bạc. Chưa có chữ Việt nào dịch chữ account trong tin học cho chính xác.
Tâm đắc	Danh từ: có nghĩa là điều hiểu được ở trong tim	Tôi tâm đắc điều này	Tôi thích thú về điều này
Tâm tư	Danh từ, có nghĩa là điều cảm nhận ở trong tim	Tôi rất tâm tư về anh	Tôi rất lưu tâm về anh. Tâm tư của tôi hướng về cô!

Tập huấn	Không có trong tự điển VN	Cán bộ đi tập huấn	Cán bộ đi thực tập
Tham quan		Đi tham quan thành phố	Đi thăm thành phố
Thể hiện	Biểu lộ	Chiếc bánh chưng do bà Mai thể hiện	Chiếc bánh chưng do bà Mai làm (thực hiện)
Thị phần		Dịch chữ Market Share	Khó nghe qua! Nên tạm Việt hoá chữ Share
Thoáng	Viết tắt chữ thông thoáng	Vụ này thoáng hơn vụ kia	Vụ này dễ/rõ… hơn vụ kia
Thống nhất	Hợp lại	Hai người thống nhất trong việc này	Hai người đồng ý trong việc này
Thông tin	Đúng ra là Thông Tín	Theo thông tin của báo Thanh Niên	Theo tin tức của báo Thanh Niên
Thư giãn	Thư là thảnh thơi	Ngồi thư giãn một chút	Ngồi thoải mái một chút
Thu hoạch	Gặt, hái, lượm	Bài thu hoạch cuối năm	Bài (thi) tổng kết cuối năm
Tiếp cận	Sát bên	Chúng tôi tiếp cận ông Đại sứ	Chúng tôi tiếp xúc với ông Đại sứ
Tinh tươm	Tinh xảo, tươm tất	Căn phòng tinh tươm	Căn phòng tươm tất, ngăn nắp

Tình huống	Tùy trường hợp mà dùng	Tình huống căng lắm	Tình hình đã yên. Tình huống phức tạp.
Tố chất		Đứa bé đó có tố chất thông minh	Đứa bé đó thông minh
Tờ rơi			Truyền đơn
Tốp ca		Do ban tốp ca Ba con Vịt đẹt thể hiện	Do ban hợp ca Ba Trái Táo trình bày
Trần		Giá trần	Giá cao nhất
Tranh thủ	Giành cho được	Tranh thủ thời gian để làm…	Tận dụng thời gian để làm…
Trình độ		Anh A hát trình độ nhỉ	Anh A hát hay nhỉ
Trọng thị		Tiếp đón trọng thị	Tiếp đón long trọng
Tư duy	Chỉ dùng trong triết học	Mình phải tư duy điều này	Mình phải suy nghĩ về điều này
Tư liệu		Dùng tư liệu của bộ Giáo Dục	Dùng tài liệu của bộ Giáo Dục
Từ khóa		Ý muốn dịch chữ Key Word	Tạm chấp nhận chữ Key Word
Tương tác			Ảnh hưởng qua lại

Tuyển		Tuyển Ba Tây	Đội tuyển Ba Tây
Tuyến đường		Tuyến đường sắt	Đường xe lửa
Ùn tắc		Giao thông ùn tắc	Lưu thông bị tắc nghẽn
Văn hoá "tip"		Nhật không có văn hoá tip	Ở Nhật không có thói quen cho tip
Văn hoá ẩm thực		Văn hoá ẩm thực của người Tàu	Vấn đề ăn uống của người Tàu
Vật tư		Phòng vật tư	Phòng vật liệu
Vô tư	Không lo nghĩ	Cứ ăn uống vô tư nhé!	Cứ ăn uống tự nhiên/tha hồ nhé!
Vụ việc	Vụ và việc là hai chữ có nghĩa khác nhau	Vụ việc này căng lắm.	Vụ sát nhân này căng thẳng lắm. Việc giết người là một trọng tội.
Xử lý	Dùng lý lẽ, phán đoán mà giải quyết.	Cầu thủ A xử lý đường bóng rất tốt	Cầu thủ A dẫn/chuyền/đưa banh rất hay
		Rau được xử lý...	Rau được rửa/soạn sẵn...

Cách Viết Chữ Hoa (Capital, Upper Case)

Những nguyên tắc dưới đây, ngoài những điều học từ văn phạm Việt Nam, chúng tôi cũng tham khảo thêm trong các sách văn phạm của Hoa Kỳ.

Chúng tôi không phải là nhà mô phạm về văn chương, ngôn ngữ nên có thể có điều chưa chính xác. Xin quý vị có khả năng, kiến thức chỉ bày cho chỗ sai sót. Chúng tôi sẽ vô cùng biết ơn.

Trên nguyên tắc, chữ hoa chỉ dùng cho các trường hợp:

- Chữ hoa dùng để viết cho mẫu tự đầu của chữ đứng đầu một câu. Ví dụ: *Người đàn ông đã về nhà. Trận chiến đã kết thúc.*

- Chữ hoa cũng dùng cho chữ đầu tiên của danh từ riêng. Ví dụ: *Tôi có nói chuyện với ông **Nguyễn Văn Mít**. **Hoa Kỳ** lập bang giao với **Việt Nam**.* Trong tên người, trước đây, người ta không viết hoa các chữ lót "văn, thị" (vì nó dùng để chỉ người nam hay nữ); mà chỉ viết hoa các tên ghép như *Lê Quốc Cường, Phạm Thu Nga*… Nhưng sau này, nhiều người viết hoa tất cả tên họ chữ lót. Điều này xét ra cũng có lý.

- Chữ hoa cũng dùng cho các danh vị, tước hiệu khi đi theo tên người. Ví dụ: *Bác Sĩ Vũ Ngọc Hoàn, Thiếu Tướng Lê Văn Hưng, Giáo Sư Vũ Quốc Thúc, Thị Trưởng Bill de Blasio*…

- Ngoại lệ: Không viết hoa khi tước vị đó đứng riêng lẻ (ví dụ: *ông bác sĩ, một giáo sư*), hay theo sau tên người (ví dụ: *Bill de Blasio, thị trưởng Thành Phố New York*).

- Để tỏ lòng tôn kính đối với các người cao trọng, các lãnh tụ chính quyền hay tôn giáo; người ta viết hoa các chữ *Ngài, Người, Đức Phật, Đức Giáo Hoàng*…

Ngoài các trường hợp trên, các danh từ chung không viết hoa.

Cần phân biệt danh từ riêng và danh từ chung.

Danh từ là một chữ đơn hay chữ kép để chỉ người, vật, nơi chốn, đồ vật, hay ý tưởng.

Danh từ chung chỉ về các vật một cách tổng quát mà không nhắm đích danh vào ai, cái gì đặc biệt…

Ví dụ về danh từ chung: "Trong **căn phòng** có **bàn**, **ghế**, **đèn**, **người cha** ngồi trên **sofa**, con **chó** nằm dưới **sàn**… "

Danh từ riêng chỉ đích danh một người (tên người), địa danh, quốc tịch, ngôn ngữ, sắc dân, tôn giáo, một việc, một vật đặc biệt cụ thể như sau:

- Ông Lê Văn Hoàng, bà Nguyễn Thị Lan, con chó Laika.
- Các cơ sở như Đại Học Columbia, Trường Quốc Gia Âm Nhạc Sài Gòn.
- Cơ quan chính phủ như Quốc Hội, Hiến Pháp Hoa Kỳ, Bộ Ngoại Giao, Ủy Ban Kế Hoạch.
- Tên các văn phòng: Phòng Bầu Dục (the Oval Office), Phòng Tình Hình (the Situation Room).
- Các biến cố lịch sử: Thế Chiến Thứ Hai, Chiến Tranh Việt Nam, thời Trung Cổ, cuộc Thánh Chiến.
- Tên các đạo luật, hiệp ước, hay các chương trình của chính phủ: Hiệp Định Genève, Kế Hoạch Ngũ Niên, Quốc Sách Ấp Chiến Lược.
- Các đơn vị quân đội, cảnh sát: Sư Đoàn 5 Bộ Binh, Biệt Đoàn 333 Cảnh Sát Dã Chiến…
- Các ngày lễ hội như Lễ Thanh Minh, Lễ Chiến Sĩ Trận Vong.
- Các cấu trúc nổi tiếng như Tháp Eiffel, Nhà Thờ Đức Bà.
- Những địa danh, thắng cảnh như đập Hoover, núi Chứa Chan, rừng Ái Ân, hồ Than Thở.
- Các biệt danh như Hùng Đầu Lâu, Ba Mặt Mụn, Tư Búa.
- Tên các tổ chức: Cộng Đồng Người Việt Quốc Gia, Hội Cựu SVSQ Trường Võ Bị Quốc Gia Việt Nam.

- Các ngày trong tuần: Thứ Ba, Thứ Tư, Chủ Nhật... Các tháng: tháng Giêng, tháng Hai... Nhưng không viết hoa các mùa trong năm.

- Các chữ viết tắt của các tên riêng: LHQ, UNESCO, CIA, FBI.

- Tên các công ty: IBM, Công Ty Điện Lực, Trump World Tower.

- Tên các sản phẩm cầu chứng (trademarks): Coca Cola, Adidas, xà phòng Cô Ba...Trừ khi tên các sản phẩm vốn viết chữ thường như eBay, iPhone.

- Tên các hành tinh, định tinh: Mercury, Venus, Hỏa Tinh, Mộc Tinh.

- Tên các tôn giáo và các vị thánh thần: Hồi Giáo, Thiên Chúa Giáo, Phật Thích Ca, Giáo Chủ Mahomet, Kinh Thánh, Kinh Lăng Nghiêm, Sáng Thế Ký, Thánh Thi.

- Các chủng tộc: Người Hoa, Caucasian, African, American.

- Các ngôn ngữ: Anh Ngữ, Việt Ngữ.

- Các nhan đề, tựa sách, tựa phim. Ví dụ: *The Sound of Music*, bản nhạc "Serenata," xà phòng Con Chim, cuốn sách *Giờ Thứ Hai Mươi Lăm*... Trong các tựa đề, không viết hoa các liên từ, giới từ. Ví dụ: *Một Ngày trong Đời của Ivan Denisovich*.

- Các biến cố đặc biệt: Olympic 2020, Đại Hội Điện Ảnh Hollywood, Đại Nhạc Hội Mừng Xuân.

- Tên đường: Quốc Lộ Liên Bang 35, Liên Tỉnh Lộ 13.

Các danh vị, tước vị:

Đối với các chức vụ của người, tổng quát thì đó là những danh từ chung (thầy giáo, y tá, thư ký, cảnh sát viên...). Nhưng khi đi kèm với tên riêng thì phải viết hoa. Có khuynh hướng chỉ viết hoa chữ đầu mà thôi.

Ví dụ: Thủ Tướng John Wayne, Giáo Sư Mike Smith... hay Thủ tướng Smith, Giáo sư Johnson.

Kính mời quý vị đọc các câu sau để phân biệt khi nào là danh từ chung (viết thường) và khi nào là danh từ riêng (viết hoa):

"Tôi có nói với ông Thị Trưởng Sam Johnson." Nhưng *"Ông Sam Johnson là thị trưởng Thành Phố Austin"* hoặc *"Ông Sam Johnson, thị trưởng Austin."*

"Lễ đăng quang của Nữ Hoàng Elizabeth." Nhưng *"Bà Elizabeth là nữ hoàng nước Anh."*

Trường hợp đặc biệt:

Có những danh từ chung khi ghép vào với danh từ riêng, để trở thành nhóm danh từ riêng. Có khuynh hướng chỉ viết hoa chữ đầu mà thôi. Quý vị muốn viết cách nào cũng được.

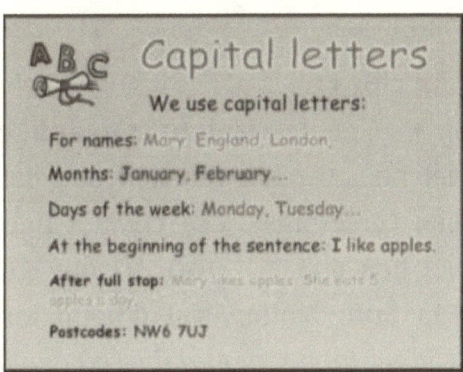

Ví dụ: Thành Phố Đà Nẵng hay Thành phố Đà Nẵng,

Tổng Thống Trump hay Tổng thống Trump, Tiểu Bang Texas hay Tiểu bang Texas.

Trong các ví dụ sau đây, các chữ trong mệnh đề trước không viết hoa vì là danh từ chung, các chữ trong câu sau viết hoa vì là danh từ riêng.

"Tôi đã đi qua nhiều thành phố, nhưng tôi cư trú tại Thành Phố Austin."

"Dân chúng trong 50 tiểu bang nô nức đi bầu tổng thống mới. Tiểu Bang Texas dồn nhiều phiếu cho Tổng Thống Trump."

"Kỳ này, cháu thi vào đại học; cháu chọn vào Đại Học Texas."

"Mỗi đại đội do một đại úy chỉ huy. Tôi xin giới thiệu Đại Úy Minh, chỉ huy Đại Đội 15." "Quân Lực Việt Nam Cộng Hòa có năm ông đại tướng, người trẻ nhất là Đại Tướng Cao Văn Viên."

"Trong các giáo sư tại đây, tôi rất phục Giáo Sư Nguyễn Ngọc Huy."

Cần chú ý:

• Các đại danh từ **(tôi, anh, chị, ông, bà…)** không viết hoa, trừ khi nó nằm đầu câu hay trong câu chào thưa (greetings). Chỉ có một ngoại lệ trong Anh ngữ, viết hoa chữ "I" (tôi). Ví dụ: Kính gửi: Ông Bà Trần Văn Sơn. Nhưng sau đó, thì không viết hoa. Ví dụ: *"Chúng tôi muốn mời ông bà đến nhà chơi vài hôm."*

• Người Việt có thói quen viết hoa các đại danh từ ngôi thứ hai, cho rằng như thế là tỏ sự kính trọng. Điều này không đúng. Ví dụ: Không nên viết *"Tôi đã gửi thư cho Ông Bà."* Câu đúng là *"Tôi đã gửi thư cho ông bà."*

• Không viết hoa các phương hướng đông, tây, nam, bắc trừ trường hợp nó được dùng để nói đến một địa danh, một khu vực. Ví dụ: *Argentina là một nước ở phía **nam** của châu Mỹ. Argentina là một trong các nước **Nam Mỹ**. Thủ Đức ở cách Sài Gòn mười cây số về hướng **bắc**. Tôi là người miền **Bắc**.*

Lại càng cần chú ý hơn:

Trừ trường hợp các tựa đề sách, báo, bài viết vân vân, **không bao giờ viết hoa cả câu** văn dù viết trên các trang mạng xã hội như email, Facebook, Twitter… Vì như thế chẳng khác chi là mình muốn HÉT VÀO MẶT NGƯỜI KHÁC. Muốn nhấn mạnh câu nói, gây sự chú ý, thì chỉ nên <u>gạch đít</u> (underline) hay **viết đậm** (bold), hay highlight nó.

Cách Dùng các Dấu Căn Bản trong Câu Văn
(Punctuation Marks)

Thời Việt Nam Cộng Hòa, những người viết văn làm báo hay nhân viên hành chánh khá giỏi về văn phạm. Các vị chủ bút báo chí chọn bài rất kỹ. Ngoài việc xét bài có nội dung hay, bổ ích, sống động, các vị

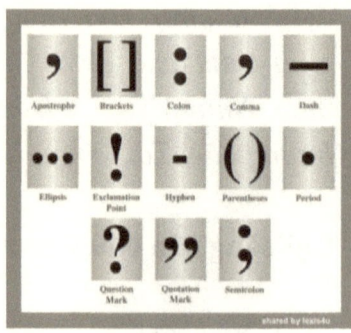

còn coi trọng văn phong và văn phạm. Vì thế, những tác giả ít nhiều đều viết khá chính xác về ngữ pháp. Dĩ nhiên không tránh khỏi ngoại lệ là có những bài viết sai văn phạm, nhưng do có nội dung quá hấp dẫn và quá sống động nên vẫn được sử dụng.

Tuy nhiên, việc dạy và học chính tả tại trường học thường bị lơ là. Đa số học sinh chú trọng vào các môn có hệ số thi cao để lấy bằng, trong khi môn Quốc Văn ở cấp trung học thì chú trọng nhiều về văn học hơn chính tả. Lên đại học, ngoại trừ phân khoa Sư Phạm Việt Văn, dường như (?) không có môn học về Việt Văn tại các phân khoa khác. Do đó, không lạ khi rất nhiều người Việt dù trí thức, cũng ít khi viết đúng văn phạm.

Cũng tại hải ngoại, do việc dễ dãi trong báo chí và truyền thông, mà đã sinh ra quá nhiều nhà văn, nhà báo… bất đắc dĩ. Họ chỉ viết để diễn đạt ý tưởng của mình, kể lại các kỷ niệm và chỉ mong được đến tay người đọc. Các chủ báo, không trả đồng thù lao nào nên cũng không thể làm khó dễ về văn phong, văn phạm.

Chúng tôi đã đọc nhiều bài mà câu văn dài hàng chục dòng, chiếm nửa trang giấy in, nhưng không tìm thấy một cái dấu chấm hay dấu phẩy. Các tác giả hoặc lười gõ, hoặc hà tiện các dấu mà không thèm dùng. Có vị lại chơi ngang xương, thêm một dấu chấm sau một mệnh đề phụ. Người đọc phải vất vả lắm mới đoán và hiểu đúng ý của tác giả.

Trong một bài bình luận có tựa đề "*LSLL&XĐMT*" của tác giả LVN đăng trong một đặc san Xuân 2019 của một Cộng Đồng Tiểu Bang X, có nhiều câu văn dài lê thê.

Xin trích dẫn một câu ở trang 81 của tờ báo.

Tổng thống Trump đã thực hiện hiệu quả hầu hết những gì ông hứa khi ra tranh cử, một phần là nhờ sự hiểu biết lịch sử sâu sắc của ông, rút được kinh nghiệm quý báu của những người đi trước, cùng với bản tính cương quyết và cứng rắn nhưng khôn khéo trong việc đàm phán kinh tế, chính trị và ngoại giao; phần khác là nhờ Tổng thống Trump lãnh đạo Hoa Kỳ trong thế mạnh khi cả Hạ viện lẫn Thượng viện đều do đảng Cộng Hòa nắm giữ và Tối Cao Pháp Viện nay thuộc cánh bảo thủ.

Câu này chứa nhiều ý, dài 102 chữ, có đến bảy mệnh đề; nhưng chỉ có bốn dấu phẩy, một chấm phẩy, và một dấu chấm cuối câu! Muốn cho người đọc hiểu rõ, câu này cần tách ra làm nhiều câu ngắn hơn.

Trong các câu văn, việc dùng các dấu chấm, phẩy … (punctuation marks) rất quan trọng. Vì nếu đặt sai vị trí của các dấu hay thiếu dấu, câu văn sẽ thay đổi ý của nó, có khi đổi ngược ý luôn.

Ví dụ: *"Bác sĩ Hiếu, sau khi trị lành bệnh cho ông Long, đã trở nên nổi tiếng."* Trong câu này, Bác Sĩ Hiếu vừa là chủ từ của mệnh đề phụ (Bác Sĩ Hiếu trị lành bệnh cho ông Long), vừa là chủ từ của mệnh đề chính (Bác Sĩ Hiếu trở nên nổi tiếng). Ông Long là túc từ của mệnh đề phụ.

Nhưng nếu thay đổi vị trí của dấu phẩy như sau *"Bác Sĩ Hiếu sau khi trị lành bệnh, ông Long đã trở nên nổi tiếng,"* câu này có thể bị hiểu rằng Bác Sĩ Hiếu được trị lành bệnh, và ông Long là là người nổi tiếng, tức là chủ từ của mệnh đề sau.

Trước khi đi vào việc dùng các dấu chính, chúng ta nói sơ qua về cấu trúc của chữ và câu.

Chữ (word) là đơn vị nhỏ nhất có mang một ý nghĩa. Ví dụ: *Nhà, xe, đi, xanh, đỏ …*

Nhóm chữ (Phrase): đơn giản là một kết hợp có từ hai chữ (words) trở lên có mang một ý nghĩa, nhưng có thể không tròn một câu (incomplete); tức là không cần có động từ (verb) hay túc từ (subject). Các ví dụ: *con cá voi lớn, chiếc xe đỏ, lái xe cẩn thận, một người đàng hoàng…*

Một phrase có một chữ chính (head word) và một hay nhiều chữ khác để bổ túc cho chữ chính. Các ví dụ về những loại phrase chính là: *Người bạn tốt, lái xe cẩn thận, quá lạnh và tối, hết sức chậm chạp.* Theo thứ tự là: noun phrase, verb phrase, adjective phrase, adverb phrase.

Mệnh đề (clause) là một kết hợp có từ hai chữ trở lên và được cấu tạo ít nhất bởi một chủ từ (subject) và một động từ (verb) hay có thêm túc từ (object). Có khi có thêm cả tĩnh từ, trạng từ… Ví dụ: *Chiếc xe chạy. Chuông reo nhanh. Tôi đến Sài Gòn. Anh ta làm việc đó một cách xuất sắc.*

Một mệnh đề độc lập (independent clause) có thể coi là một câu ngắn. Ví dụ: *Tôi sẽ đi ngày mai.*

Nhưng nếu nó bị ràng buộc bởi một hay nhiều mệnh đề khác, nó sẽ là mệnh đề phụ (dependent clause hay còn gọi là subordinate clause). Mệnh đề phụ không diễn đạt toàn vẹn một ý chính và tự nó không trở thành một câu.

Ví dụ: *Nếu làm xong thủ tục, tôi sẽ đi ngày mai.*

Hai mệnh đề này làm thành một câu. Nếu cho một dấu chấm sau mệnh đề phụ (nếu làm xong thủ tục), thì mệnh đề phụ sẽ tối nghĩa, không hoàn chỉnh. Ví dụ: Mệnh đề độc lập *"Tôi sẽ đi ngày mai"* có thể đứng một mình mà vẫn đủ ý. Còn mệnh đề phụ *"Nếu làm xong thủ tục"* tách ra một mình thì người đọc sẽ ngẩn ngơ.

Còn nhiều loại mệnh đề khác. Nhưng chúng ta tạm dừng ở đây để đi qua phần khác.

Câu (sentence): là một đoạn văn ngắn hay dài chuyển đạt trọn vẹn một ý chính. Tất cả các câu phải có ít nhất một mệnh đề.

Ví dụ: *Tôi sẽ đi xa.*

Câu này cũng vừa là một mệnh đề độc lập (independent clause), vì tự nó đã tròn ý.

Nhưng câu cũng có thể có nhiều mệnh đề (complex sentence): một mệnh đề chính (main clause) và một hay các mệnh đề phụ (subordinate clause).

Ví dụ: *Khi nào trời mưa* (mệnh đề phụ), *chúng ta khỏi tưới cỏ* (mệnh đề chính).

Câu ghép (compound sentence) cấu tạo bởi hai hay nhiều mệnh đề độc lập.

Ví dụ: *Chiếc xe đã đỗ trước nhà, và chúng tôi lên xe.*

Gọi là câu ghép, vì nếu tách hai mệnh đề ra, nó sẽ là hai câu tròn nghĩa mà không lệ thuộc nhau.

Các mệnh đề phụ và chính trong câu phải nối với nhau bằng liên từ (và, nhưng, vì, bởi vì, hoặc, tuy nhiên...) hay **một dấu chấm phẩy** (semicolon) tùy trường hợp. Nhưng **không được dùng dấu chấm** (period). **Vì dấu chấm là để chấm dứt một câu.**

Các mệnh đề độc lập có thể được nối với nhau bằng dấu phẩy (comma) nhưng phải có liên từ đi theo.

Ví dụ: *Ông Hai rời khỏi nhà, và bà Hai xách giỏ đi chợ.*

Các mệnh đề độc lập cũng có thể nối với nhau bằng dấu chấm phẩy mà không cần liên từ.

Ví dụ: *Ông Hai ra khỏi nhà; bà Hai ra bếp sửa soạn thức ăn.*

Thí dụ trước, hai mệnh đề nối nhau bằng dấu phẩy vì có chữ "và." Ví dụ sau hai mệnh đề nối nhau bằng chấm phẩy vì không có chữ "và."

Đoạn văn (paragraph): gồm các câu đã bao hết ý nghĩa trong một phạm vi nào đó. Sau dấu chấm của câu chót, chúng ta nên xuống một hàng khác để người đọc không thấy nhức mắt. Có khi phải xuống hai hàng nếu mạch văn chuyển qua một ý quan trọng khác.

Các dấu căn bản:

Các dấu đi liền ngay sau các chữ. Nhưng **sau các dấu, phải chừa một khoảng ngắn** (space) và **chỉ một mà thôi** trước khi viết chữ hay câu khác.

Dấu chấm (.) The Period

Dấu chấm là dấu được dùng nhiều nhất. **Mỗi một câu đầy đủ phải được kết thúc bằng một dấu chấm.** Mệnh đề độc lập coi như một câu cũng chấm dứt bằng một dấu chấm. Dấu chấm cho phép người đọc dừng lại hoàn toàn trước khi đọc câu khác.

Ví dụ 1: *Tôi ngồi bên cô ta trên cái ghế dài và bắt đầu kể cho cô nghe về chuyến du lịch của tôi.*
Trong câu này, hai mệnh đề có chung một chủ từ "tôi" nên nối nhau bằng chữ "và" mà không dùng dấu chấm phẩy.

Ví dụ 2: *Tôi ngồi bên cô ta trên cái ghế dài, và cô kể cho tôi nghe về chuyến du lịch của cô.*
Câu này có hai mệnh đề với hai chủ từ khác nhau (tôi, cô ta) nên phải có dấu phẩy ở giữa.

Ví dụ 3: *Anh Ba hỏi tôi khi nào thì về.*
Câu này là một câu hỏi gián tiếp nên phải dùng dấu chấm thay vì dấu hỏi.

Khi một câu kết thúc bằng một chữ cuối có dấu chấm, thì không thêm dấu chấm khác nữa.

Ví dụ: *Ông Hùng mới nhận được bằng Ph.D. Ông ấy là bạn của anh tôi.*

Ví dụ: *Thành trì này bị tàn phá trong trận đánh năm 400 A.D.*

Trong hai trường hợp trên, chữ Ph.D. và A.D. đã có dấu chấm cuối chữ D nên không cần thêm một dấu chấm câu khác.

Nếu các câu trọn nghĩa nằm giữa các dấu ngoặc hay dấu trích dẫn, phải đánh dấu chấm trước khi đóng ngoặc hay đóng dấu trích dẫn.

Ví dụ 1: *Bác ba nói rằng: "Ngày mai trời lại sáng."*

Ví dụ 2: *Cẩn thận về chuyện anh Hai nhé. (Chuyện*

này chỉ gây buồn thêm.)

Nhưng nếu là câu không đủ thì dấu chấm nằm bên ngoài dấu ngoặc.

Ví dụ 3: Cẩn thận về chuyện anh Hai nhé (chuyện chẳng vui chi).

Theo văn phạm Mỹ, khi một câu dài có lồng chữ hay câu giữa dấu trích thì dấu chấm và dấu phẩy của câu đó phải đặt trước khi đóng dấu trích.

Ví dụ 4: *Bác Tư nói, "đừng làm chuyện đó."*

Nhưng nếu quý vị lỡ cho dấu chấm nằm sau dấu trích thì cũng đúng (theo văn phạm Anh).

Ghi nhớ: **Dấu chấm là để dùng cho một câu trọn vẹn**.

Nếu một câu đã tròn nghĩa nằm trong hai dấu ngoặc đơn (parentheses), thì dấu chấm sẽ nằm bên trong ngoặc đơn cuối. Xem ví dụ 1 và 2 ở ngay bên trên.

Nếu ở cuối câu có những chữ nằm trong hai dấu ngoặc (không phải là một câu trọn vẹn mà chỉ dùng để bổ túc ý nghĩa của chữ đứng trước nó), thì dấu chấm hết sẽ nằm ngoài. Xem ví dụ 3 ở trên.

Nếu có một câu trọn vẹn (với hai dấu ngoặc mở và đóng) nằm lọt giữa một câu khác thì câu này không cần viết hoa chữ đầu câu và cũng không có dấu chấm. Dấu chấm dành cho câu chính.

Ví dụ: Khi mùa hái nho ở Pháp (chúng tôi từng ở Pháp nhiều năm) gần kề, người ta bắt đầu mở hội hè nhảy nhót.

Dấu hai chấm (:) The Colon

Dấu hai chấm cũng rất thường dùng và dễ hiểu. Nó dùng để giới thiệu một chữ, một câu, một danh sách, hay một trích dẫn. Sau đây là vài ví dụ:

1. *Hắn chỉ có một ước muốn trong đầu: du lịch.*
2. *Cô ấy chỉ còn một điều chưa toại: lấy chồng giàu.*
3. *Tôi muốn bữa ăn phải có: canh, cá kho, rau luộc.*
4. *Hắn nói với tôi rằng: "Mình phải đi xa."*

Dấu phẩy (,) The Comma.

Dấu phẩy cho phép người đọc tạm dừng lại chớp nhoáng. Nó dùng để tách riêng từng điểm trong một dãy sự việc hay sự vật.

Ví dụ: *Chị Hai đi chợ mua cá, thịt, rau, sữa, và kem.*

Để ý: Phải thêm liên tự "và" ở sự vật cuối dù đã có dấu phẩy trước đó. Giữa hai sự vật liên đới với nhau thì không dùng dấu phẩy.

Ví dụ: *Tôi đã gọi các món cá chiên, tôm lăn bột, rau xà lách và nước sốt, và kem tráng miệng.*

Để ý: Món xà lách đi đôi với nước sốt nên nối nhau bằng chữ "và'. Còn chữ "và" đứng trước chữ kem là để cho thấy đây là món riêng biệt cuối cùng. Nhưng phải có dấu phẩy giữa nước sốt và kem tráng miệng vì hai món này riêng biệt nhau.

Như trên có nói, dấu chấm phẩy nối hai câu với nhau. Nhưng cũng có thể dùng dấu phẩy và một liên từ

64

như câu ví dụ *"Thái Thanh là một danh ca, và bà thành công trong từng nốt nhạc."*

Câu này cũng có thể viết *"Thái Thanh là một danh ca; bà thành công trong từng nốt nhạc"* như trong phần kế tiếp về dấu chấm phẩy.

Dấu chấm phẩy (;) The Semicolon

Chúng ta phải rất cẩn thận khi dùng dấu chấm phẩy. Nó được dùng trong một câu để nối hai mệnh đề độc lập với nhau. Hai mệnh đề đó phải chứa đựng một nội dung liên quan mật thiết với nhau hoặc có nội dung tương tự. Hai câu mà nội dung không liên quan với nhau phải được tách ra bằng dấu chấm.

Ví dụ:

Ông Donald Trump là một tỷ phú; ông cũng là một chính trị gia thành công.

Có người đến đó bằng xe hơi; nhiều người khác thì đi máy bay.

Tôi thích ăn sầu riêng; tuy nhiên, tôi không chịu được mùi của nó.

Chúng ta thấy các câu trên có thể đứng riêng mà vẫn đủ nghĩa, nhưng nó không nhấn mạnh sự liên quan với nhau.

Không nên dùng dấu chấm phẩy khi dùng một liên tự ở đầu câu thứ hai. Vì trong trường hợp này, liên từ và dấu phẩy thay thế dấu chấm phẩy.

Ví dụ:

Ông Donald Trump là một tỷ phú, và cũng là một

chính trị gia thành công.

Có người đến đó bằng xe hơi, và nhiều người khác thì đi máy bay.

Dấu chấm phẩy cũng được dùng nối hai mệnh đề độc lập mà trong mỗi mệnh đề tự nó đã được nối với nhau bằng các liên từ hay các nhóm chữ chuyển tiếp.

Ví dụ: *Có người thì viết bài bằng máy chữ, máy điện toán, hay cả với cái tablet; trong khi có những người, nại ra lý do này nọ, chọn cách viết đơn giản trên giấy tập bằng bút mực hay bút chì.*

Trường hợp đặc biệt: Trong một câu có một liệt kê những sự việc hay sự kiện mà tự nó đã có sẵn các dấu phẩy để nối các chi tiết, chúng ta dùng dấu chấm phẩy để nối các sự kiện này. Các sự kiện được nối bằng dấu chấm phẩy có tầm mức và vị trí quan trọng ngang nhau.

Ví dụ: *Những ngày ghi nhớ trong đời tôi là ngày 1 tháng 6, 1946; ngày 20 tháng 4, 1969; ngày 3 tháng 5, 1969; và ngày 9 tháng 5, 1990.*

Sau đây là một thí dụ dài cho thấy cách dùng dấu hai chấm, dấu phẩy, và chấm phẩy.

Tôi thích những con bò: chúng cho ta sữa, rất bổ dưỡng; chúng cho ta thịt, rất ngon miệng; và chúng cho ta da, mà dùng đóng giày dép rất bền.

Tránh dùng dấu chấm phẩy khi phải dùng dấu phẩy trong trường hợp mệnh đề độc lập và mệnh đề phụ thuộc đi với nhau:

Bởi vì sầu riêng có mùi hôi, nhiều người không thích nó.

Dấu Trích Kép ("..."), Đơn ('...') dùng cho các câu, chữ được trích dẫn (Quotation Marks). Sau đây là vài thí dụ (xin để ý các dấu chấm, dấu hỏi trong các câu):

1. *"Tôi sắp đi xa,"* bà ta nói.
2. Anh Hai hỏi tôi, *"Cậu có biết chuyện này không?"*
3. *"Dĩ nhiên,"* cô ấy giải thích, *"tôi sẽ giúp anh."*
4. *"Xin lỗi anh,"* chú Tư nói. *"Tôi biết anh đúng."*

Dấu ngoặc kép dùng khi viết tựa các bản nhạc, bài thơ, truyện ngắn và các bài viết ngắn (lưu ý: tựa sách, tên báo, tên cuốn phim... thì viết chữ nghiêng mà không dùng dấu trích).

Ví dụ: *Tôi vừa đọc xong bài thơ "Cách Viết Chữ Hoa" trong cuốn sách Chuyện Dài Chữ Nghĩa.*

Khi có một trích dẫn lồng trong một trích dẫn khác, thì dùng dấu kép cho câu chính và dấu đơn cho câu/chữ bên trong.

Ví dụ: *Ông ta nói, "Chúng tôi đang đọc bài thơ 'Tuyệt Tình' của thi sĩ Văn Minh."*

Điều rắc rối nhất là vị trí các dấu trích so với các dấu chấm, phẩy, chấm phẩy.

Nguyên tắc căn bản là **dấu trích nằm ngoài các dấu chấm, phẩy** (xin xem các ví dụ trên), nhưng lại **nằm**

trong các dấu chấm phẩy, dấu hai chấm.

Ví dụ: *Ca sĩ hát xong bài "Tình hận"; tuy nhiên, không ai vỗ tay cả.*

Đối với các dấu hỏi, dấu than thì tùy trường hợp. Nếu các dấu đó là của câu trích dẫn, thì dấu trích sẽ nằm ngoài (hai ví dụ 1 và 2); cón nếu các dấu hỏi, dấu than là của câu chính mà câu trích là một phần phụ nằm trong đó (ví dụ 3 và 4.)

1. *Cô ta hỏi, "Anh đi đâu?"*
2. *Người lính la lên, "Coi chừng!"*
3. *Chúng ta có nên hát bài "Ly Rượu Mừng"?*
4. *Cô Hồ Điệp ngâm quá tuyệt bài "Hồ Trường"!*

Dấu Ngoặc ( ) The Parentheses, dùng cho câu bình luận, giải thích, hoặc câu có tác dụng làm gián đoạn ý chính của câu viết.

Ví dụ:

1. *Tôi có mời hai cô gái (họ là bà con bên nội) đến dự hôn lễ của tôi.*
2. *Nếu trời mưa (hy vọng là không), cuộc hoà nhạc sẽ dời lại.*

Dấu Than (!) The Exclamation Mark. Tuy mang tên là dấu than, nhưng nó cũng được dùng biểu lộ các tình cảm yêu, ghét, giận, vui, buồn, mừng, ham muốn; như trong câu:

Gặp nhau mừng nhé!
Trời chi mà tối tăm ghê!

Hoặc một câu sai khiến mang tính cách cấp bách.
Lấy cho tôi cái bình xăng!

Dấu Hỏi (**?**) Question Mark. dùng sau các câu hỏi trực tiếp
Anh tên là gì?

Không dùng dấu hỏi trong câu hỏi gián tiếp:
Cô ấy muốn biết anh tên chi.

Dấu Ba Chấm (...) Triple Dots, có thể thay bằng chữ "vân vân".
Ví dụ *Trong tủ sách có các loại truyện kiếm hiệp, trinh thám, lãng mạn....*

Dấu ba chấm cũng được dùng khi muốn bỏ bớt một hay nhiều chữ không cần thiết hay không muốn viết ra trong câu. Ví dụ: khi trích một đoạn, một câu văn dài, chúng ta chỉ giữ lại những chữ muốn nhấn mạnh thôi.

Dấu ba chấm cũng dùng khi muốn tạm ngưng để gây sự chú ý (pause for effect) trong câu.

Ví dụ: *Rồi thì... ông ta xuất hiện.*

Dấu ba chấm cũng được dùng trong một câu nửa chừng, cách nói lửng lơ.

Ví dụ: *Tôi biết anh ta xứng đáng lắm, nhưng...*

Dấu Gạch Ngang (-) The Hyphen, khi cần ngắt quãng một ý tưởng hay muốn thêm vào một ý phụ.

Ví dụ: *Tôi đã đến thành phố La Mã - là nơi mà tôi hằng mong muốn - trong tháng qua.*

Có khi, nó được dùng để thay một dấu phẩy nhằm mục đích muốn nhấn mạnh.

Ví dụ: *Cuốn sách này dùng để tham khảo cấu trúc trong câu - thứ tự các chữ, động từ, tĩnh từ, và các dấu.*

Ngoài các dấu chính chúng ta thường dùng là dấu chấm (period), dấu phẩy (comma), dấu chấm phẩy (semicolon), và dấu hai chấm (colon); còn nhiều loại dấu khác như dấu và (&), dấu bằng (=), dấu lớn hơn (>), nhỏ hơn (<) vân vân.

Khoảng thập niên 1950, ở Việt Nam còn dùng dấu chấm hết gồm một gạch xéo kèm giữa hai dấu chấm như thế này ./.

Sau khi đã bàn qua cách dùng các dấu, chúng ta trở lại câu văn dài đã nói ở đoạn mở đầu. Chúng tôi thử đề nghị cách chia nó ra thành ba câu ra như sau:

Tổng thống Trump đã thực hiện hiệu quả hầu hết những gì ông hứa khi ra tranh cử. Một phần là nhờ sự hiểu biết lịch sử sâu sắc mà ông rút được kinh nghiệm quý báu của những người đi trước; một phần khác là cùng với bản tính cương quyết và cứng rắn nhưng khôn khéo giúp Tổng thống Trump trong việc đàm phán kinh tế, chính trị, và ngoại giao trong thế mạnh. Tổng thống đã lãnh đạo Hoa Kỳ thành công khi cả Hạ viện lẫn Thượng viện đều do đảng Cộng Hòa nắm giữ và Tối

Cao Pháp Viện cũng thuộc cánh bảo thủ nắm đa số.

Để kết luận, chúng tôi lại xin thưa rằng người viết bài này trước đây cũng rất lúng túng khi dùng các dấu phẩy và chấm phẩy. Cuốn sách viết ra đầu tiên đã được nhiều bạn bè sửa hàng trăm lỗi chính tả. Vì thế, xin quý vị tha thứ những sai lầm có thể khó tránh trong bài và xem đây là một cố gắng nhằm giúp nhau hoàn thiện trong cách viết. Dù là Việt văn hay Anh văn, cách đánh dấu cũng không khác nhau bao nhiêu.

Chính nhà văn Kurt Vonnegut – có sự nghiệp văn chương kéo dài hơn nửa thế kỷ tại Hoa Kỳ với hàng chục truyện ngắn, kịch bản - cũng từng nói, '*chớ nên dùng dấu chấm phẩy... biết cách dùng nó chỉ là để chứng minh bạn đã học qua đại học.*' Ý của ông là khuyên các người viết trẻ đừng quá lo lắng về cách dùng dấu mà hãy viết như thể những gì đối thoại bình thường.

Dù sao, biết và viết đúng vẫn hơn. Phải không, thưa quý vị?

Quae sunt Caesaris, Caesari
Nói Chuyện Tác Phẩm và Tác Quyền

Trang bìa chỉ in tên tác giả như các cuốn trong hình kèm đây (hai nhà văn Nga Leon Tolstoy, Boris Pasternak; các nhà văn Pháp Victor Hugo, Gustave Flaubert, Guy de Maupassant; nhà văn Ý Edmondo de Amicis; và nhà văn Romania Virgil Gheorghiu.)

Nói đến chữ "tác" tức là làm ra bất cứ thứ gì. Tác giả là người làm ra một vật gì mà chưa ai trước đó đã làm. Bài này xin gói gọn trong các tác phẩm văn học: sách, truyện, tranh ảnh.

Một nhà văn phải vận dụng trí não nghĩ ra cốt truyện độc đáo với những nhân vật mà diễn biến tâm lý, hành vi lồng trong các tình tiết éo le, sôi nổi sao cho hấp dẫn người đọc. Có vị sáng tác mạnh, cho ra đời hàng loạt tác phẩm; nhưng cũng có vị trọn đời chỉ có một vài tác phẩm và thường là tác phẩm nổi tiếng trên thế giới.

Chỉ có nhà văn mới có tác quyền (copyright, authorship) và chủ quyền (ownership) hoàn toàn về tác phẩm của mình. Người Tây Phương coi trọng tác quyền này. Tại Mỹ, theo Điều 17 của bộ Luật Hoa Kỳ (United States Code), để xác nhận tác quyền, tác giả phải nộp hồ sơ đăng bạ tại Văn Phòng Tác Quyền của Thư Viện Quốc Hội Hoa Kỳ (The Copyright Office). Từ đó, bất cứ ai muốn sử dụng tác phẩm để trích đăng hay dịch lại qua ngôn ngữ khác… đều phải xin phép tác giả và được sự cho phép trước. Luật áp dụng khắt khe hơn nếu sử dụng vào việc thương mại. Còn nếu chỉ trích đăng một câu, một đoạn, thì phải ghi chú nguồn của nó tức là tên tác giả, từ tác phẩm nào. Người Âu Mỹ rất kỹ về việc này. Việc đạo văn là một điều rất xấu xa, bị lên án gắt gao. Quý vị thử vào thư viện hay lên online, để thấy tất cả những cuốn sách dịch, họ đều in tên tác giả một cách trang trọng ở trang bìa. Còn tên dịch giả, thường được ghi với khổ nhỏ, khiêm tốn ở trang bên trong. Rất ít khi thấy tên người dịch ở bìa, và nếu có thì in chữ nhỏ mà thôi.

Hơn 2500 năm trước, có những người xưa đã rất lương thiện khi không nhận vơ của người khác làm của mình. Cụ Khổng Tử khi san định lại các sách vở của Nho Giáo thành các bộ Tứ Thư, Ngũ Kinh, đã thú nhận rằng *"Tôi chỉ thuật lại mà không sáng tác ra chúng"* (Ngã thuật nhi bất tác). Người xưa hàng ngàn năm còn có lòng tự trọng như thế. Còn người sau thì sao?

Các nhà văn Việt Nam ta trước đây hình như không quan tâm đến nguyên tắc tôn trọng tác quyền của người khác. Họ dịch các sách hay của các nhà văn ngoại quốc rồi "quên" ghi tên tác giả mà chỉ in tên mình lên trang bìa, coi như đó là sáng tác của mình. Lẽ ra họ phải ý thức rằng cuốn sách hay là sản phẩm trí tuệ của một người bỏ bao nhiêu công sức; còn dịch giả chỉ làm một việc chuyển ngôn ngữ này qua ngôn ngữ kia. Tuy cũng cần khả năng sinh ngữ và khả năng viết văn cho hay, hấp dẫn, nhưng họ không thể nhận đó là tác phẩm của mình!

Thời còn học sinh, chúng tôi từng say mê đọc các cuốn *Tâm Hồn Cao Thượng* "của" cụ Hà Mai Anh. Trên trang bìa thấy tên Hà Mai  Anh nằm ở vị trí cao nhất và không hề thấy tên tác giả khác! Thật ra đây là tập truyện ngắn nhan đề *Cuore*, của nhà văn Ý Edmondo de Amicis, phát hành năm 1886. Cuốn này được dịch ra nhiều thứ tiếng phát hành khắp thế giới để giáo dục thiếu niên lòng tự trọng, lòng yêu nước, lòng nhân ái… Cuốn Anh ngữ nhan đề là *Heart*.

Và còn nhiều lắm. Như Dương Hà với *Bên Dòng Sông Trẹm* (*Le Fils de Personne* của Vindi), bà Tùng Long với hàng loạt truyện ngắn mang tính xã hội dịch từ truyện của các tác giả Pháp mà điển hình là "*Xâu Chuỗi Ngọc*" (*The Necklace* của Maupassant); cụ Hồ Biểu Chánh thì có *Ngọn Cỏ Gió Đùa* (*Les Miserables* của Hugo)... Các nhà văn này bê nguyên truyện, nhưng xóa hết tung tích, nguồn gốc Tây Phương bằng cách cho các nhân vật những tên rất Việt Nam, nào Thuý, nào Lan, nào Hùng… ; và cũng Việt hoá luôn các địa danh.

Thời đó, mọi người đều đinh ninh rằng các ông bà nói trên là tác giả và ca tụng không tiếc lời về văn tài của họ!

Ông Hoàng Hải Thủy thì chuyên dịch truyện trinh thám ăn khách của ngoại quốc. Ông cũng có chút lương thiện khi nhận mình phóng tác, vì có công thay đổi họ tên, địa danh cho ra vẻ Việt Nam. Nhưng ông cũng in tên tác giả trên hàng chục cuốn như *Ngoài Cửa Thiên Đường, Vàng Đen Máu Đỏ, Như Chuyện Thần Tiên, Mang Xuống Tuyền Đài*… Với các tác giả nổi tiếng, thì ông có chút lương thiện hơn một bậc, mới cho in thêm tên tác giả ở trang bìa nhưng cũng không quên ghi thêm tên mình dưới đó!. Ví dụ *Kiều Giang* (*Jane Eyre* của Charlotte Bronte), *Đỉnh Gió Hú* (*The Wuthering Height* của Emily Bronte).

Chợt nhớ lại, mấy trăm năm trước, cụ Nguyễn Du cũng lấy trọn vẹn *Kim Vân Kiều Truyện* là một truyện rất tầm thường của Trung Hoa mà viết thành thơ lục bát tiếng Việt. Đó là *Đoạn Trường Tân Thanh* mà các học giả Việt ca tụng là áng văn bất hủ của nền văn học Việt qua câu: *"Truyện Kiều còn, nước ta còn!"*

Sở dĩ chúng tôi nêu ra các trường hợp trên, không phải là để chê bai các cụ. Có thể vào thời đó, luật pháp Việt Nam chưa đặt nặng luật tác quyền và ý thức về tác quyền chưa hình thành trong các tầng lớp xã hội ta. Vì thế, các cụ cứ dịch sách người rồi in, phổ biến mà không biết mình có bổn phận phải ghi tên tác giả thay vì tên của mình!

Đa số các cuốn sách mà tôi viết ra mấy chục năm qua đều có đăng bạ tại Thư Viện Quốc Hội. Đến đầu năm ngoái 2020, khi gửi hồ sơ cuốn *Remembering the ARVN*, tôi đã phải thư từ, điện thoại qua lại với một quý bà phụ trách ở Sở Tác Quyền là bà Janice Pena, để phân biệt rạch ròi những phần nào trong sách thuộc về tác quyền của tôi; phần nào thuộc tác quyền người khác.

Theo bà Janice Pena, tác quyền (authorship) là thuộc về người đầu tiên đã tạo ra cái đó. Người vẽ lại, chụp lại các phù hiệu đó dù bỏ bao nhiêu công lao, cũng không thể tự cho mình có tác quyền.

Trích email của bà Pena:
Copyright protects "original works of authorship" that are fixed in any tangible medium of expression. To be regarded as an "original work of authorship," a work must contain a certain minimum amount of

original literary, pictorial, musical, or other copyrightable material. An illustration that merely copies an existing artwork does not add any new original copyrightable authorship to the existing work to support a registration. Copyright does not protect your idea for creating the copies of the artwork, nor does it protect the time and effort it took you to do so... That original artwork was created by whoever designed the insignia.

Hết trích.

Như vậy, tác quyền về các phù hiệu, huy hiệu thuộc về hoạ sĩ vẽ mẫu. Sau đó đã trao cho các đơn vị quân đội, hay nói chung, là Bộ Tổng Tham Mưu Quân Lực Việt Nam Cộng Hòa. Ngày nay, Quân Đội VNCH không còn hiện hữu nên không còn ai giữ tác quyền, mà đã trở thành của công chúng. Vì thế, trong tập sách *Remembering the ARVN* nói trên, chúng tôi chỉ có tác quyền về những hình vẽ mới do chính chúng tôi vẽ ra và các đoạn văn mà thôi.

Từ khi chúng tôi đưa ra hình ảnh các trang phù hiệu, nhiều người, nhiều hội đoàn, báo chí đã sử dụng rộng rãi. Không có gì đáng phàn nàn trừ vài trường hợp có vài vị cho in thêm watermark chồng lên hình để xác nhận chủ quyền của họ!

Còn về các bài viết, chúng tôi rất hân hạnh khi các báo chí diễn đàn cho đăng tải miễn là không sửa câu văn, thêm bớt chữ làm sai ý và cần ghi đúng tên tác giả. Nhớ lại đầu năm 2004, là ngày giỗ đầu ca sĩ Duy Khánh, tôi viết một bài dài đăng nhiều báo và đọc hai kỳ trên các đài phát thanh. Anh nhà báo văn nghệ TK có gửi email hỏi xin tôi tiểu sử Duy Khánh cũng để viết bài kỷ niệm. Tôi gửi bài đã viết cho anh ta tham khảo. Mấy tuần sau, thấy bài này đăng trên *TV Tuần San* ở Australia và đọc trên đài VOA (có thêm một vài câu dẫn nhập chừng năm hàng của TK) và ký tên tác giả TK! Khi chúng tôi gửi thư phàn nàn đến Đài VOA và anh TK, đài VOA làm thinh không trả lời; còn anh TK thì nói rằng vì thấy bài viết quá đầy đủ nên anh không thấy cần viết lại!!!??? Rồi thì cũng chín bỏ làm mười, tranh tụng thêm mất thì giờ và gây thêm mất đoàn kết trong anh em báo chí văn nghệ!

Mới tuần lễ vừa qua (giữa tháng 1, 2022), chúng tôi nghe tin vụ gia đình TK lên tiếng tố cáo ca sĩ Elvis Phương mạo nhận là tác giả cuốn hồi ký về chính anh ta, nhưng do TK phỏng vấn và viết ra!

Cái gì của Caesar, hãy trả lại cho Caesar!

Mong sao, những người viết hải ngoại tránh lâm vào lỗi tác quyền này!

Luận về hai chữ Tri thức và Trí thức

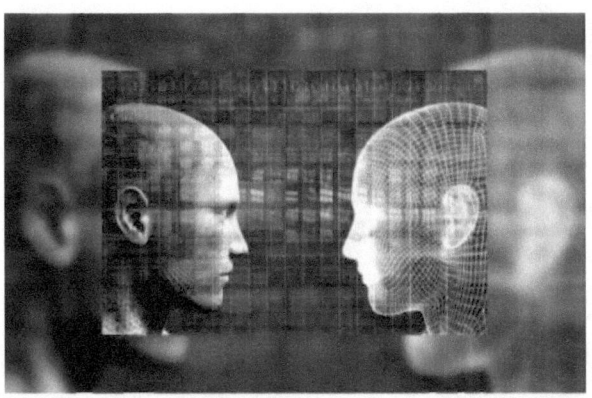

Trong đại chúng thường không phân biệt rõ ràng giữa hai chữ "tri thức" và "trí thức". Hễ thấy ai có bằng cấp, đỗ đạt thì xếp họ vào thành phần trí thức.

Thời xa xưa, dân Việt Nam đại đa số làm nghề nông, sinh sống hầu hết ở nông thôn. Số người đi học rất hiếm hoi. Vì thế, học sinh được xếp đứng đầu trong năm giới: sĩ, nông, công, thương, binh! Thời xa xưa đó, phải chờ ba năm mới có một cuộc thi Hương để chọn các Cử Nhân. Một năm sau có kỳ thi Hội, thi Đình để chọn các Tiến Sĩ. Con số người đỗ trong mỗi cuộc thi không tới một phần trăm số người ứng thí. Cả nước chỉ sản xuất mỗi ba năm chừng chục vị tiến sĩ!

Vì thế, những người có học vị Tiến Sĩ, Cử Nhân hay Tú Tài ngày xưa được xem là thành phần ưu tú, được trọng vọng, ưu đãi nhất trong xã hội.

Sau khi thiết lập nền Cộng Hoà, chính phủ ta cải

cách chế độ thi cử theo khuôn mẫu Tây Phương. Tuy số người đi học lên rất cao, nhưng những vị có bằng tú tài trở lên vào thời đó cũng vẫn là giới ưu tú có nhiều cơ hội đạt đến địa vị trung lưu. Qua thập niên 1960 trở đi, bằng Tú Tài mới trở thành phổ thông, nhưng cũng còn là lằn ranh phân định ngưỡng cửa của giới trung lưu.

Và người ta gán cho các vị có bằng cấp đại học là giới "trí thức"! Có nhiều tranh cãi quanh hai chữ này gán cho các vị khoa bảng.

Trí

Trí 智. Phần khôn biết, thông hiểu ở trong tinh-thần người ta : *Trí khôn. Trí sáng. Trí nhớ.*

Trí-dục ○ 育. Cách dạy dỗ về đường trí-thức : *Trí dục, đức-dục và thể-dục đều trọng cả.* || **Trí-lự** ○ 慮. Những điều nghĩ-ngợi trong trí khôn : *Người có trí-lự.* || **Trí-não** ○ 腦. Óc khôn : *Mở-mang trí-não.* || **Trí-tuệ** ○ 慧. Khôn biết sáng suốt : *Trí-tuệ minh-mẫn.* || **Trí-thức** ○ 識. Khôn biết : *Bậc trí-thức.*

VĂN-LIỆU. — *Hơn đời trí-dũng, nghiêng trời uy-linh* (K).

Trước khi đi vào phân tích, chúng ta thử mở các trang tự điển xem các chữ tri và trí khác nhau thế nào?

Theo từ điển Tiến Đức thì "tri" chữ Hán viết là 知 có nghĩa đơn giản là biết. Như thế, nhờ các giác quan mà con người biết sự vật căn bản; rồi nhờ học hỏi mà biết thêm những điều phức tạp khác.

Tri

Tri 知. I. Biết : *Tri-thức. Tri âm. Vô tri. Tương tri.*

Tri-âm ○ 音. Biết hiểu cái tiếng đàn của người khác. Nghĩa bóng : Biết rõ bụng nhau : *Gặp bạn tri-âm.* || **Tri-cơ** ○ 機. Biết trước việc lúc mới mống ra, chưa hình hiện hẳn : *Tri-cơ thì không bao giờ hỏng việc.* || **Tri-giác** ○ 覺. Nói chung về sự hiểu biết : *Vạn-vật đều có tri-giác.* || **Tri-giao** ○ 交. Chơi-bời quen biết : *Chỗ tri-giao.* || **Tri-hô** ○ 呼. Biết mà kêu gọi cho mọi người biết : *Đêm hôm thấy trộm thì tri-hô lên.* || **Tri-kỷ** ○ 己. Biết tâm-tình của mình : *Bạn tri-kỷ. Chuyện tri-kỷ.* || **Tri-ngộ** ○ 遇. Biết mình mà hậu đãi : *Cảm ơn tri-ngộ.* || **Tri-tâm** ○ 心. Biết bụng nhau : *Câu chuyện tri-tâm.* || **Tri-thức** ○ 識. Hiểu biết nhiều : *Người tri-thức trong xã-hội.* || **Tri-tình** ○ 情. Biết tình-hình : *Tri-tình đám cướp mà không tố-cáo thì phải lỗi.* || **Tri-túc** ○ 足. Tự biết lấy làm đủ : *Người tri-túc thì bao giờ trong lòng cũng thư-thái.*

Còn Trí 致 là "*phần khôn biết, thông hiểu ở trong*

tinh thần người ta". Cũng có chữ Trí khác 智 có nghĩa là *khôn, hiểu thấu lý sự*.

Người "trí" không cần kiến thức của ai dạy, nhưng nghe, nhìn sự vật, sự kiện mà xét đoán cái nhân và cái quả của nó.

Chúng ta cần nhận thấy trước khi có "tri" thì phải có "trí".

Thuở hồng hoang, con người nhờ "trí" mà vươn lên, vượt hẳn các loài động vật. Họ tìm ra lửa, làm vũ khí bằng đá, rồi bằng đồng. Họ dựng nhà để che mưa nắng, kết các thứ lượm được để che thân thể. Rồi qua thời gian, họ chế ra bánh xe tròn để chuyển vận. Họ sáng tạo ra chữ viết, giấy, mực để truyền thông. Và dần dà, qua hàng vạn năm với hàng triệu phát minh mà ngày nay có một nền văn minh tuyệt vời để chúng ta thừa hưởng.

Tất cả từ "trí tuệ" con người.

Định nghĩa theo Hán Việt Từ Điển Thiều Chửu

知 **TRI** Biết, tri thức. Phàm cái gì thuộc về tâm mình nhận biết, biện biệt, phán đoán, toan tính, ghi nhớ được đều gọi là *tri*.

致 **TRÍ** Suy cùng. Như *cách trí* 格致 suy cùng lẽ vật. Nghiên cứu cho biết hết thảy các vật có hình, vô hình trong khoảng trời đất, nó sinh, nó diệt, nó hợp, nó ly thế nào gọi là *cách trí* 格致

智 **TRÍ** Khôn, trái với chữ *ngu* 愚, hiểu thấu sự lý gọi là *trí*, nhiều mưu kế tài khéo cũng gọi là *trí*.

Rồi những khám phá, sáng tạo đó, được hệ thống hoá trở thành "tri thức" để truyền đạt cho người khác qua giáo dục.

Nếu không có "trí" minh mẫn của Isaac Newton, Galileo Galilei, Archimedes, Albert Einstein, Marie

Curie… thì sẽ không có những "tri thức" khoa học vật lý cho chúng ta ngày nay.

Một số các vị nói trên chưa hẳn ngày xưa có nhiều bằng cấp, khoa bảng. Chúa Jesus con của một người thợ mộc nay đây mai đó, có lẽ chưa qua các trường lớp; nhưng Ngài lý giải mọi việc phân minh. Nếu không có "trí huệ" siêu phàm của Đức Thích Ca, thì chúng ta không biết lý giải thế nào về căn nguyên của cuộc sống bí ẩn!

Họ chính là những "trí thức" đúng nghĩa.

Vì thế, dù đạt kết quả sau nhiều năm vất vả trong các giảng đường đại học, giới khoa bảng chỉ mới là giới "tri thức," tức là có sự hiểu biết do được truyền đạt từ học đường về ngành chuyên môn mà họ theo đuổi! Bằng cấp thật ra chỉ là một tờ giấy chứng nhận một sinh viên đã qua được các kỳ thi, đạt số điểm trên trung bình. Nó là sự chứng nhận người có bằng có những kiến thức hay hiểu biết về chuyên môn ở một trình độ nhất định nào đó. Có nhiều người không qua trường lớp nhưng cũng gặt hái nhiều tri thức do từ sự tìm tòi, hay rút tỉa từ qua kinh nghiêm sống mà có.

Người Việt Nam thì quá coi trọng mảnh bằng, vì đó là chiếc vé cho tương lai no ấm vẻ vang; là cái chìa khoá mở những cánh cửa quyền lực và đặc quyền khác. Đối với người Việt, điều quan trọng không phải chỉ là kiến thức mà chỉ vì vai vế trong xã hội, làm chức cao, kiếm thật nhiều tiền, coi đó là cứu cánh của cuộc đời.

Chúng ta không lấy làm lạ có rất ít khoa bảng người Việt đạt được các địa vị chủ chốt trong các công ty Mỹ. Chúng tôi từng thấy các kỹ sư Mỹ sau giờ làm việc, có khi ở lại văn phòng tìm tòi học hỏi thêm để có nhiều phát minh. Có khi họ hy sinh cả những ngày nghỉ để nghiên cứu về công việc đang làm mà không trông chờ lãnh tiền phụ trội. Trong khi đó các kỹ sư Việt Nam đã tự mãn với bằng cấp và công việc nên làm hết tám giờ ở hãng như một công chức. Xong khi về nhà là quẳng gánh lo đi, không còn suy nghĩ gì ngoài vui hưởng cuộc sống!

Nhà bác học Albert Einstein có nói rằng giá trị của giáo dục bậc đại học không phải là học để thu nhận tri thức, mà là để rèn luyện trí thức. Vì thế, nếu chỉ lấy cấp bằng rồi tự mãn mà không nghiên cứu thì đúng họ chỉ là "tri thức" mà chưa thể là "trí thức".

Vì thế, không phải là phủ nhận các khoa bảng không có trí thức! Họ cũng có thể là những nhà "trí thức" nếu tự bản thân họ là người sáng trí.

Người "trí thức" nếu đi học thì sự tiếp thu "tri thức" sẽ nhanh hơn người thiểu trí. Vì người thiểu trí chỉ "tri" (biết) những gì mình được dạy; còn người "trí thức" sẽ dùng "trí" để nhân cái "tri" lên gấp nhiều lần. Học một, biết mười là thế!

Ông bác sĩ thì rõ ràng biết rất rộng về cấu tạo, chức năng các bộ phận của cơ thể con người. Tại bệnh viện, ông là bậc thầy của những ông bà kỹ sư, luật sư, giáo sư… Nhưng ra khỏi phạm vi y khoa, thì những vị kia lại là thầy của ông về các lãnh vực của họ. Nếu ông về nông thôn, bàn chuyện mùa màng gieo cấy, ông bác sĩ, kỹ sư, luật sư … lại phải học các bác nông dân chưa hề ngồi trong trường tiểu học.

Trong môi trường đại học, có những ngành học chỉ cần siêng năng, có trí nhớ tốt; nhưng cũng có những ngành học khác đòi hỏi người học phải có "trí tuệ" để hiểu những vấn đề phức tạp. Môn Toán, Điện Toán, nếu không có trí tuệ, sẽ không học thành công! Môn Kiến Trúc, nếu không có "trí tuệ" khi ra trường chỉ là những người thợ không hơn không kém. Môn Chính trị, Xã Hội, Hội Họa, Văn Chương, nếu không có "trí tuệ" thì chỉ có cách đi dạy kiếm sống chứ không mong trở thành những chính trị gia, những nghệ sĩ thành danh. Tóm lại, các vị khoa bảng tri thức là những vốn quý để vận hành guồng máy xã hội. Còn những trí thức – trong đó có người khoa bảng và người không khoa bảng – thì lại là giới ưu tú nếu có tâm tốt sẽ thúc đẩy văn minh nhân loại tiến lên; và ngược lại, nếu có tâm tà thì chỉ mang đến thảm họa cho nhân loại.

Nhân đây, chúng tôi cũng xin đề cập đến một vấn đề rất tế nhị mà có thể sẽ làm nhiều vị không hài lòng.

Đó là việc sử dụng các học vị không nhằm lúc, không đúng chỗ.

Có nhiều bài văn, truyện ngắn, bài thơ – không dám phê bình là hay hoặc dở - nhưng bên dưới thấy tên tác giả đi liền với các học vị Bác Sĩ, Kỹ Sư, Giáo Sư… Các vị này nếu viết về những đề tài trong lãnh vực học vấn của họ, thì rất cần ghi học vị để tạo sự khả tín trong người đọc. Chứ làm thơ, viết văn, ai có tâm hồn đều có thể làm được, cần gì phải có bằng cấp mới làm hay hơn người không có bằng cấp?

Cách sử dụng danh vị Giáo Sư cũng bị lạm dụng rất nhiều. Tại Mỹ, các vị dạy trung học trở xuống gọi là "teacher"; dạy đại học gọi là "instructor". Danh vị Giáo Sư là một danh hiệu được phong tặng cho các vị có bằng Tiến Sĩ trở lên, dạy cấp đại học bốn năm và có uy tín. Đó là danh vị cao nhất trong ngành đại học.

A professor is an accomplished and recognized academic. In most Commonwealth nations, as well as northern Europe, the title professor is the highest academic rank at a university. In the United States and Canada, the title of professor applies to most post-doctoral academics, so a larger percentage is thus designated. In these areas, professors are scholars with doctorate degrees (typically PhD degrees) or equivalent qualifications who teach in four-year colleges and universities. An emeritus professor is a title given to selected retired professors with whom the university wishes to continue to be associated due to their stature and ongoing research. Emeritus professors do not receive a salary, but they are often given office or lab space, and use of libraries, labs, and so on.

Có vị giải thích là vì ngày xưa, ở Việt Nam các thầy trung học đều gọi là giáo sư! Đúng vậy, chúng ta có thể nói "Ông Nguyễn văn Minh, Giáo sư trường Lê Lợi; bà Lê Thị Ngọc, Giáo sư Việt văn ..." Nhưng không thể chỉ xướng danh Giáo Sư Nguyễn Văn Minh, Giáo Sư Lê Thị Ngọc. Vì khi hai chữ Giáo Sư đặt trước tên họ, thì nó là một danh vị được phong như định nghĩa dẫn trên.

Không nên tiếm mạo các danh vị, học vị mà mình không có. Càng nên tránh kê khai học vị ra ở những nơi không cần thiết như giới thiệu trong đám cưới, đám tiệc, ghi trong các tờ phân ưu, cáo phó... Chúng tôi nghĩ rằng những vị có lòng tự trọng sẽ rất khó chịu khi bị xướng danh và học vị kiểu này.

Những từ ngữ thường bị nhầm lẫn!

'Giải mã' hay 'Giải thích/Giải độc'?

Những lúc về sau này, chúng tôi đọc thấy nhiều tựa đề các bài bình luận phân tích thời sự thường bắt đầu bằng hai chữ 'giải mã'. Trên nhiều trang web hay các diễn đàn, thấy có các bài: "**Giải mã** Mỹ rút quân khỏi Syria" hay "**Giải mã** việc Đại Tướng James Mattis từ chức", "MC Quyền Linh **giải mã** các hiện tượng", "**Giải mã** giấc mơ thấy quan tài" vân vân.

Lạ quá, việc Mỹ rút quân và việc ông Mattis từ chức nghe trên các đài truyền hình hay đọc hà rầm trên các báo; có gì bí mật phải che đậy bằng các mã số, ký hiệu mà cần các tác giả phải '**giải mã**'?

Chúng tôi không phải là nhà ngôn ngữ học để có thể ngồi đọc hết và phân tích những từ ngữ trong các bài viết. Nhưng "đừng im tiếng, mà phải lên tiếng…" Bất kỳ người nào cũng muốn đọc các bài viết dễ hiểu, chữ nghĩa dùng đúng cách, câu văn gọn gàng tròn ý. Có phải bất cứ người Việt Nam nào cũng mong muốn bảo vệ sự trong sáng của tiếng mẹ đẻ của mình?

Từ sau 1975, từ miền Bắc đã du nhập vào Nam rất nhiều chữ viết, lời nói tuy cũng là ngôn ngữ Việt, nhưng nghe rất chói tai, khó hiểu. Lý do là những kẻ vô trách nhiệm mà lại sính dùng chữ, họ đã cắt xén, ráp nối, thay chữ, đổi nghĩa rất nhiều từ ngữ mà chúng ta đã dùng một cách đứng đắn tại miền Nam trước 1975. Ngày nay, phương tiện internet đã giúp cho nhiều người tham gia vào việc truyền thông. Nhiều người dễ dàng trở thành các nhà văn, nhà báo, nhà thơ, vân vân. Tuy nhiên số người viết đúng văn phạm, chính tả lại rất hiếm hoi. Và lại, không thiếu những người ưa dùng chữ đao to búa lớn mà ý nghĩa thì không đi sát với những gì họ muốn diễn đạt. Ai đọc thì rán chịu khó mà hiểu lấy.

Chúng tôi hoạt động trong ngành truyền thông gần 50 năm qua, từ trong nước ra đến hải ngoại; lúc nào cũng tâm niệm phải cố gắng viết cho chính xác vừa ngữ vựng vừa văn phạm. Nhất là Việt ngữ, thứ ngôn ngữ đã thấm sâu vào từng tế bào, từng giọt máu của mình; thứ ngôn ngữ mà tổ tiên truyền lại, được bảo lưu và làm phong phú thêm bởi bao nhiêu thế hệ. Ngôn ngữ có thể theo thời mà biến đổi. Có khi sai nhưng được nhiều người dùng và lâu ngày, mỉa mai thay, nó sẽ được chấp nhận!

Cho nên, chúng ta cần chặn cái sai càng sớm càng tốt.

Từ lâu, mỗi lần nhận được từ thân hữu chuyển đến các bài viết; chúng tôi rất trân trọng. Nhưng chúng tôi cũng lại rất khó tính khi tìm thấy trong bài những câu, những chữ mà tác giả đã vô tình sử dụng theo kiểu viết sai ở Việt Nam hiện nay. Có khi chỉ đọc thoáng cái tựa đề là thẳng tay bấm nút xóa (delete) mà không buồn ghé mắt xem vài hàng nội dung ra sao.

Vì sao chữ giải mã trong các bài trên không đúng? Lẽ nào các tác giả có đủ khả năng viết những bài bình luận mà lại không hiểu đúng nghĩa của hai chữ này? Hay là vì họ quá thờ ơ, nghe quen tai sau khi đọc nhiều bài 'giải mã' và đã áp dụng một cách vô ý thức vào bài của mình? Tôi đoán có thể tác giả muốn nói đến việc 'giải độc' những bản tin do người viết tin bóp méo vì mục tiêu chính trị của người đưa tin. Đúng thế, có nhiều tin làm cho người đọc hiểu sai lạc bản chất của vấn đề, nên coi tin đó là đầu độc, phải 'giải độc'.

Vậy, xin phép trước hết, tìm hiểu ý nghĩa của hai chữ 'giải mã'.

Chúng tôi tin rằng rất nhiều quý vị từng nghe quen các chữ 'mã số', 'mật mã'. Nguyên từ 'mã' là chữ Hán 碼, theo Từ điển Thiều Chửu, có nghĩa "một thứ chữ riêng để biên số cho tiện"

碼 mã (15n) • 1 : Mã não 碼瑙 đá mã não, rất quý rất đẹp. Cũng viết là 瑪瑙. • 2 : Pháp mã 砝碼 cái cân thiên bình. Có khi viết là 法馬. • 3 : Mã hiệu, một thứ chữ riêng để biên số cho tiện. Như sau này : *chữ mã Tàu* / // /// ⨯ ⅄ 一 ㅗ 亖 夂 十, *chữ mã A-lạp-bá 1 2 3 4 5 6 7 8 9 10, chữ mã La Mã I II II IV V VI VII VIII IX X.*

Từ điển Hán Việt của ông Đào Duy Anh, do nhà xuất bản Minh Tâm ấn hành năm 1951 tại Paris, trang 538 định nghĩa là "dấu để ghi số".

Từ điển của Hội Khai Trí Tiến Đức trang 330 cũng có định nghĩa tương tự là "thứ chữ số của người Trung Hoa dùng để biên sổ".

Còn chữ 'giải' đơn giản là mở ra.

Như thế, 'mã' trước hết, là những ký hiệu dùng thay cho các chữ. Giải mã là tìm cách mở cái 'ký hiệu' ra để đọc các chữ.

Giữa thế kỷ thứ 19 (năm 1836), ông Samuel F.B. Morse đã có sáng kiến soạn ra các ký hiệu bằng dấu hiệu 'tích, tè' tức là các dấu chấm (dot .) và dấu ngang (dash -). Mục đích là để chuyển đi những tin tức qua viễn thông bằng các phương tiện mà không thể chuyển các chữ được. Qua dòng điện hay qua ánh đèn pin thì khi bấm nhanh là dấu 'tích', giữ lâu gấp ba lần thì đó là dấu 'tè'. Nếu dùng cờ hiệu, thì đưa một tay lên là 'tích', dang cả hai tay là 'tè'. Giữa hai chữ cái (letters) là một khoảng im lặng ngắn bằng dấu 'tích'; giữa hai chữ (words) thì khoảng cách dài bằng ba dấu 'tè'. Quý vị nhớ chữ SOS là tín hiệu cấp cứu. Nó được truyền đi bằng ba 'tích' (ngưng), ba 'tè' (ngưng) rồi ba 'tích' (… — …).

Ký hiệu Morse này trở thành vô cùng thông dụng trong ngành hàng hải, nhưng nó không mang tính chất bảo mật.

Trong quân đội hay tình báo, với mục đích chỉ cho phe bạn nhận hiểu bản tin của mình mà kẻ địch không thể đọc hiểu, trước khi chuyển đi, người ta 'mã hoá' (encode, encoding) bản văn bằng cách thay các chữ cái hay con số bằng những chữ khác hay dãy số khác. Những người phe bạn sẽ có một cái khóa (key) để lần mò theo từng 'mã tự' hay 'mã số' (code) thì mới đọc được. Chính việc dùng khóa để đọc bản văn đã được 'mã hoá' này, người ta gọi là 'giải mã' (decoder, decoding).

Thời Thế Chiến 2, quân đội Đức Quốc Xã đã thành công phần lớn là do các hình thức mã hoá tinh vi mà quân Anh và Mỹ không thể đọc được các lệnh truyền tin của Đức. Trong một trận hải chiến trên Đại Tây Dương, Hải quân Hoa Kỳ đã bắn chìm một chiến hạm Đức (dường như là một tiềm thủy đỉnh) và đã tịch thu được một máy giải mã. Máy này được đưa về đại bản doanh ở London để các nhà tình báo chiến lược và các nhà toán học siêu việt nghiên cứu. Từ đó, đã tìm ra các khóa để giải mã tất cả những tin tức của phe địch.

Một cách mã hóa đơn giản là dùng các chữ 'Alpha' thay cho chữ A, Bravo thay cho chữ B, Charlie thay chữ C… X-ray thay chữ X, Yankee thay chữ Y, Zulu thay chữ Z; tương đương với 'Anh dũng, Bắc bình, Cải cách… Xung phong, Yên Bái, Zulu' dùng trong Quân

Lực Việt Nam Cộng Hoà. Ngoài ra còn cách mã hoá khác như khi báo cáo năm quân nhân tử trận, họ nói là 'năm im lặng', 10 người bị thương thì gọi là 'mười kiến cắn'; Pháo binh thì gọi là phổi bò, xe tăng thì gọi là con cua. Những cách này cũng không có tính cách bảo mật nữa vì quá đơn giản. Về sau, dường như bắt đầu từ khoảng năm 1970, các đơn vị được phát một tập Khoá Đối Chứng dày gồm nhiều trang. Mỗi trang gồm những cột dọc với nhiều hàng chữ cái hay con số gọi là 'khoá', và chỉ dùng cho một ngày được ấn định. Qua hôm sau, phải xé bỏ, hủy trang đó đi. Nếu tập này rơi vào tay địch, sẽ có lệnh cấp tốc cho ngưng sử dụng và tập mới được phát ngay. Chỉ có đơn vị trưởng và những người hiệu thính viên mới được biết đến tập sách này mà chúng tôi biết với tên gọi là 'Khoá Đối Chứng' (KĐC).

Trong ngành Khoa Học Điện Toán, người ta dùng các loại ngôn ngữ riêng bằng dãy tám con số gồm 0 và 1 gọi là binary code. Đó là khi chuyển đi chữ hay số, các chữ hay số đánh trên bàn phím sẽ trở thành các tín hiệu điện đóng hoặc mở (1 hoặc 0). Khi truyền đến máy người nhận, nó sẽ được chuyển lại thành các dòng chữ hay số để đọc. Ngay cả hình ảnh, âm thanh cũng được 'mã hoá' bằng binary code trước khi được dòng điện chuyển qua những cái gọi là 'processors" trong máy computer.

Như thế, khi viết lên tựa để **"Giải mã** Mỹ rút quân khỏi Syria" hay **"Giải mã** việc Đại Tướng James Mattis từ chức", chắc các tác giả có ý muốn nói về sự 'giải thích', 'phân tích'...về các diễn biến trên mà không hề có chút nào ý nghĩa 'giải mã.'

Tương tự, người ta lầm lẫn giữa các chữ **cô đơn/cô độc, cô lập/cách ly.**

Cô độc là trơ trọi, không có ai xung quanh; **cô đơn** là tuy sống trong tập thể mà không thấy sự thông cảm, gần gủi.

Cô lập là bị người xung quanh xa lánh (ví dụ do xấu tính, không ai them kết giao). **Cách ly** là bị đưa ra một nơi khác, cách biệt mọi người vì lý do nào đó như bệnh truyền nhiễm hay vì tội phạm nguy hiểm.

Ngoài chữ 'giải mã', chúng tôi còn thấy nhiều vị dùng chữ 'huyền thoại' cũng rất bừa bãi. Hình như các tác giả nghĩ rằng 'huyền thoại' có nghĩa như 'siêu việt,' 'phi thường.' Nhiều tác giả viết về vài vị tướng tài, vài biến cố quan trọng, vài trận đánh anh hùng, cũng ghép thành 'Vị tướng huyền thoại,' rồi 'Huyền thoại Bình Long,' 'Tiểu đoàn X đánh một trận huyền thoại.'' Chúng tôi sẽ bàn đến hai chữ 'huyền thoại' trong tương lai.

Chúng tôi xin đề nghị các tác giả nên có sẵn trong tủ sách hay trong hard drive của máy tính vài ba cuốn từ điển Việt Nam thời Việt Nam Cộng Hòa trở về trước; và nên bỏ chút thì giờ ra tra cứu một khi gặp những chữ mà mình không chắc hiểu đúng ý nghĩa của nó.

Tượng và Tượng Đài

Mới đây, qua vụ "Tượng Đài Chiến Thắng Cổ Thành Quảng Trị," có vài vị nêu lên rằng hai chữ "tượng đài" là của Việt Cộng; còn VNCH chỉ gọi là "tượng" thôi. Vị này lý luận rằng hai chữ tượng đài không có trong tự điển của Khai Trí, nhưng lại có trong tự điển bên Việt Nam. Thế là vị này cho rằng hai chữ "tượng đài" do Việt Cộng chế ra.

Chúng ta không nên quá câu nệ phân biệt từ ngữ Việt Cộng, từ ngữ VNCH... Tất cả là từ ngữ của dân tộc qua nhiều đời, thăng trầm mà biến đổi, thêm bớt. Chúng ta thấy do sự tiến hoá trong đời sống xã hội mà có thêm nhiều từ ngữ mới.

Thời VNCH, ngành điện toán còn sơ khai nên từ ngữ về Điện toán có rất ít. Vào đầu thập niên 1970, điện toán, điện tử trở thành thông dụng nên nhiều từ ngữ cần dịch ra. Ví dụ: input, output, hardware, software, chip, bit, byte... Người ngoài nước VN quen dùng nguyên ngữ Anh Văn. Trong nước họ  phải dịch ra tiếng Việt cho công chúng. Ví dụ: input, output họ dịch là đầu vào, đầu ra... Phần mềm, phần cứng...

Chúng ta nên chấp nhận vì các chữ đó cũng hợp lý, chính xác với nguyên từ. Nếu ai không đồng ý, xin đưa ra những chữ dịch cho hay và đúng nghĩa hơn để lựa chọn!

Nước VN nhỏ bằng một phần ba diện tích của tiểu bang Texas, nhưng có ba miền chính và hàng chục địa phương nhỏ hơn. Mỗi vùng có thổ âm, thổ ngữ riêng mà người vùng khác hoàn toàn không biết tới.

Ví dụ: cái tô (Nam), cái đọi (Trung), cái bát (Bắc); tía má (Nam), bọ mạ (Trung), thầy u (Bắc). Nhiều gia đình người Hà Nội gọi là cha mẹ là cậu mợ.

Ngày trước, miền nam chỉ biết thổ ngữ miền bắc qua số dân di cư mà hầu hết tập trung ở vài vùng chứ không phân tán mỏng ra đều. Vì thế, người Nam không biết rất nhiều thổ ngữ Bắc.

Sau 1975, một số thổ ngữ Bắc mà dân Nam chưa hề nghe tới, bị gán cho là từ ngữ Việt Cộng! Chuyện ngôn ngữ rất nhiêu khê; nói hoài không dứt.

Cũng thế, miền Nam sính dùng từ Hán Việt, rồi khi nghe từ thuần túy Việt Nam thì la oai oái: "chữ Việt Cộng!"

Phi trường/sân bay, Phi cơ/máy bay, Trực thăng/lên thẳng thì khác nhau cái gì? Có chữ nào sai? Tại sao cho rằng "máy bay lên thẳng" là chữ Việt Cộng? Đã chắc gì chữ Hán Việt đúng hơn chữ thuần túy Việt Nam?

Chẳng qua nó gọn hơn. Chỉ cần hai chữ Hán Việt là thay thế cho một dãy chữ Việt cùng nghĩa.

Ví dụ: Quân nhu là đồ trang bị cho quân đội, chiêu hồi là kêu gọi trở về, trấn không là canh giữ vùng trời…

Quý vị chọn "Bộ Giữ Nước" hay "Bộ Quốc Phòng"?

Chẳng qua ít nghe tới thì không thấy hay bằng chữ thường dùng!

Nghe chữ "Thủy Quân Lục Chiến" nghe hay hơn là "Lính thủy đánh bộ"!

Nói cho đủ, thời VNCH, cũng phát sinh ra nhiều từ ngữ kỳ quặc trong dân gian. Nhưng xài lâu, nghe quen thì chấp nhận và nó dần đi vào văn học. Ví dụ: Bỏ đi tám, mút chỉ cà tha, mút mùa Lệ Thủy, xì tin…

Liệu chúng ta có dùng đúng chữ không? Chưa chắc đâu.

Đúng là từ 40 năm qua, nhất là về sau này khi sách vở báo chí, truyền thanh truyền hình hải ngoại thiếu nhân viên chuyên nghiệp thuần túy, nên bê nguyên bài vở của Việt Cộng vào cho đầy chương trình. Và cũng do số người Việt từ trong nước di dân qua ồ ạt, ngôn từ mới bên VN tràn qua nhanh, mang theo những chữ, những câu kỳ lạ, chói tai hay cách dùng sai be bét. Nhưng trong chúng ta, có nhiều vị quá cứng ngắc và nặng về chính trị nên cái gì từ bên VN đều cho là của Việt Cộng, đều là sai, xấu. Cái gì của phe ta đều đúng và hay. Theo chúng tôi, không nên cực đoan mà cần xem xét cái gì phù hợp thì chấp thuận.

Điều đáng nói là nhiều người Việt dễ tính, thiếu ý thức… đã sử dụng những ngôn từ này theo cách sai và làm cho nó lan xa. Ngay cả nhiều nhà báo, nhà văn có tiếng nhiều lúc cũng vô tình sử dụng chúng.

Ví dụ: nhà báo quá cố CTD (còn có bút hiệu HNV) rất nhiều lần dùng các chữ "sự cố", Bác Sĩ NYĐ thì dùng rất nhiều chữ "hội ý" (với nghĩa bàn bạc), "thống nhất" (với nghĩa đồng ý), "lên phương án" (với nghĩa lập chương trình); nhà văn nữ TMT dùng chữ "cặp đôi" khi nói về một đôi vợ chồng…

Bên Việt Nam ngày nay, có khuynh hướng dùng danh từ như dùng động từ:

Thay vì nói "Tôi có ấn tượng tốt/xấu về anh ấy," "Tâm tư tôi luôn hướng về anh," "Tôi xem tài tử ấy là thần tượng"; thì họ lại họ nói *"Tôi **ấn tượng** anh ấy,"* *"Tôi rất **tâm tư** chị"*, *"Tôi **thần tượng** cô ta."*

Hoặc kỳ lạ như:

*"Ký giả A đi **tác nghiệp** ở Đồng Nai." "Chúng tôi **giao lưu** suốt một buổi tối."*

Đó! Đó mới là những thứ ngôn từ cần phê phán, cần tránh né!

Họ cũng có khuynh hướng xén bớt các từ ngữ kép (ví dụ: quản, quyết… Nên nói quản lý, quyết định), ghép chữ một cách kỳ quặc (ví dụ: cặp đôi) hay có cách dùng, cách định nghĩa khác với chúng ta (ví dụ: xử lý rau!). Đó là điều mà chúng ta nên tránh.

Trở lại hai chữ Tượng Đài, chúng tôi có hiểu "đài" là một kiến trúc cao hơn mặt đất mà trên đó người ta sẽ dựng lên một kiến trúc khác. Ví dụ: kỳ đài, lễ đài, khán đài, võ đài, đài tử sĩ, vân vân.

Khi ghép hai chữ Tượng Đài với nhau là để chỉ một sự kết hợp vừa có tượng dựng trên một đài cao. Chẳng có gì sai và cũng không chói tai, phi lý, kỳ quặc. Nếu chỉ nói là "tượng" thì chỉ có cái hình người mà thôi. Còn khi hình người đặt trên một cái nền cao, thì phải gọi là gì nếu không là "tượng đài"?

Như thế là giải tỏa xong vấn đề hai chữ "Tượng Đài", vì việc ghép hai chữ như thế này là điều từng xảy ra ở Việt Nam.

Ngoài ra bạn trên cũng thắc mắc hai chữ "tự điển" không phải là chữ ngày xưa mà là của Việt Cộng xài! Thật ra, "từ điển" hay "tự điển," "tự vị" đều đúng cả.

Dù sao, tranh cãi là để tìm ra cái đúng, bổ khuyết cho nhau. Làm người khó hoàn hảo, không ai biết rành hết mọi điều mà cần phải học hỏi lẫn nhau. Nhưng khi tranh cãi, không nên cực đoan vì dễ đưa đến bất hoà, chụp mũ nhau là Việt Cộng, là thân cộng khi thấy ai đó sơ suất dùng từ ngữ mới bên Việt Nam. Rốt ra rồi ai cũng là Việt Cộng, và có khi chính người chụp mũ cũng là Việt Cộng, vì sẽ có lúc anh ta không tránh khỏi sơ suất! Chính tôi – dù rất cẩn trọng – cũng đã được bạn bè nhắc nhở nhiều lần trong việc dùng chữ.

Huyền thoại, huyền sử!

Tại sao người ta sính dùng hai chữ này?

Chúng tôi đã nhiều lần bàn về cách dùng hai chữ "huyền thoại", "huyền sử" nhưng vẫn đọc thấy nhan nhản trên nhiều trang báo giấy, điện báo, truyền thông xã hội và ngay cả trong những cuốn sách có giá trị, công phu.

Trước 1975 thì có bản nhạc *Huyền Sử Ca Một Người Mang Tên Quốc* của nhạc sĩ Phạm Duy. Rồi trên báo chí, *"Trận An Lộc huyền thoại, huyền thoại Đỗ Cao Trí vân vân."*

Dường như hai chữ "huyền thoại" nghe thanh tao quá, hay quá nên rất nhiều người sính dùng khi muốn diễn đạt những nhân vật, những sự kiện tuyệt vời (wonderful, marvelous, outstanding), xuất chúng, phi thường (extraordinary).

Không rõ khi đặt bút viết hai chữ "huyền thoại," "huyền sử," họ có chịu khó tra tìm trong tự điển những nghĩa chính của các chữ này hay không?

Sau đây là định nghĩa trong Tự Điển Hán Việt Thiều Chửu:

- 玄 **huyền** 2 : Huyền diệu, huyền bí. Lẽ sâu xa lắm gọi là *huyền*. Như người tu đạo, đời gọi là *huyền học* 玄學. Nhà Phật gọi cái cửa do đấy tu vào là *huyền quan* 玄關. Cháu sáu đời gọi là *huyền tôn* 玄孫.

Tự điển Tiến Đức (trang 253) cũng định nghĩa "huyền" là mầu nhiệm, thâm ảo với nghĩa rộng là viễn vông, chuyện không thể tin được.

Với nghĩa như trong các tự điển trên, chúng ta hiểu rằng "huyền" là mơ hồ, viễn vông, không có thật, không ai thấy, không chứng minh được.

Huyền

Huyền. Một dấu trong năm dấu văn quốc-ngữ, hình cái phẩy đưa về bên hữu.

Huyền. Một thứ khoáng-vật sắc đen nhánh : *Hạt huyền, vòng huyền.*

VĂN-LIỆU. — *Răng đen hạt huyền* (T-ng).

Huyền 玄. 1. Sắc đen lẫn mầu tím : *Áo đoạn mầu huyền.* — 2. Mầu-nhiệm thâm ảo : *Đạo Phật huyền ảo.* Nghĩa rộng : viễn-vông : *Câu chuyện huyền không thể tin được.*

Huyền-ảo ○ 奧. Mầu-nhiệm sâu xa : *Học-thuyết Lão Trang rất huyền-ảo.* ∥ **Huyền-bí** ○ 秘. Mầu-nhiệm bí-ẩn : *Việc quỉ-thần là việc huyền-bí.* ∥ **Huyền-cơ** ○ 機. Máy bí-mật của tạo-hóa : *Huyền-cơ của tạo-hóa.* ∥ **Huyền-diệu** ○ 妙. Mầu-nhiệm thần-diệu : *Cơ huyền-diệu khó lường sinh với tử* (phú chiến Tây-hồ). ∥ **Huyền-hoàng** ○ 黃. Đen lẫn vàng. Ý nói trời đất chưa phân-biệt : *Thiên-địa huyền-hoàng.* **Huyền-học** ○ 學. Cái học hình nhi thượng, nói về lý-thuyết huyền-vi : *Tư-tưởng của Lão, Trang thuộc về huyền-học.* ∥ **Huyền-hồ.** Viễn-vông : *Không nên nghe những chuyện huyền-hồ.* ∥ **Huyền-lý** ○ 理. Lẽ sâu xa : *Âm dương là cái huyền-lý của tạo-hóa.* **Huyền-mặc** ○ 默. Mầu-nhiệm im lặng : *Cái huyền-mặc của nhà Phật.* ∥ **Huyền-tôn** ○ 孫. Chắt, cháu bốn đời. ∥ **Huyền-vi** ○ 微. Huyền-bí, vi-diệu : *Máy huyền-vi mở đóng khôn lường* (C-o). ∥ **Huyền-viễn** ○ 遠. Mầu-nhiệm xa-xôi : *Học-thuyết huyền-viễn.*

Vào thời hồng hoang, khi con người chưa sáng chế ra chữ viết để trao đổi ý kiến, ghi lại các sự kiện cho mai hậu, thì chúng ta gọi thời kỳ này là thời vô sử hay huyền sử. Những câu chuyện kể đi kể lại trong thời này được sáng tác, thêm bớt những hoang đường hơn là dữ kiện. Vì thế, mới có những huyền thoại Sisyphus bị phạt lăn hoài lăn mãi một tảng đá lên núi trong truyện cổ Hy Lạp, huyền thoại Nữ Oa đội đá vá trời ở Trung Hoa, hay ở nước ta thời cổ xưa có các huyền thoại Rồng lấy Tiên, huyền thoại bà Âu Cơ đẻ trăm trứng, huyền thoại Phù Đổng Thiên Vương là đứa trẻ còn nằm nôi, nhưng vươn vai trỗi dậy thành dũng sĩ cưỡi ngựa sắt đi đánh quân thù...

Chúng tôi vừa thấy giới thiệu trên Facebook một phần cuốn sách mang tựa đề *Việt Nam Ôi... Ác Mộng* do ông Scott S. Nguyễn dịch từ cuốn *Our Vietnam Nightmare* của bà Marguerite Higgins (1920 - 1966), một nữ phóng viên chiến trường từng có mặt ở Việt Nam và là người có cách nhìn trân trọng đối  với chính nghĩa của quân dân miền Nam, cũng như sự khâm phục đối với cố Tổng Thống Ngô Đình Diệm.

Chúng tôi xin ghi nhận và cám ơn thiện tâm, thiện chỉ của dịch giả Scott S. Nguyễn đã bỏ nhiều công để giúp cho chúng ta hiểu biết tấm gương yêu nước sáng ngời, cuộc đời tranh đấu phi thường của cố Tổng Thống Ngô Đình Diệm.

Nhưng mới xem qua vài trang của Chương 9, chúng tôi hơi buồn vì hình như ông Scott Nguyễn không rành nhiều về tiếng Việt và phạm nhiều lỗi về văn phạm, chính tả. Chúng tôi không tìm ra được cách nào để liên lạc góp ý với dịch giả ngõ hầu làm cho cuốn sách dịch tăng phần giá trị.

Trong Chương 9, "The Case of the Misunderstood Mandarin," ông Nguyễn đã dịch là *"Ngô Đình Diệm, Một Huyền Thoại."* Chúng tôi không đồng ý việc dịch giả dùng hai chữ huyền thoại để viết về ông Ngô Đình Diệm khi muốn ca tụng ông về những điều phi thường mà ông đã thể hiện, như tỏ ra khí phách kiên cường, biết đặt quyền lợi tổ quốc dân tộc lên trên hết thảy mọi việc khác, biết tỏ ra có nhiều bản lãnh khi đối thoại với con cáo già Hồ Chí Minh...

Cố Tổng Thống Ngô Đình Diệm, cũng như các Tướng Đỗ Cao Trí, Lê Văn Hưng, Đại Tá phi công Phạm Phú Quốc... là những con người thật bằng da bằng thịt. Những việc làm phi thường của họ là những sự kiện thực tế được ghi lại, truyền lại qua bài vở, phim ảnh, báo chí. Vậy thì họ chẳng có tính cách huyền bí, mờ ảo. Sao lại gọi họ là huyền thoại? Gọi như thế, có phải là vô tình đẩy họ vào hàng những nhân vật ảo tưởng, không có trên đời (fictitious, mythical).

Thêm nữa, đáng tiếc là dịch giả đã có khá nhiều lỗi chính tả. Dường như trang nào cũng vấp vài lỗi, các chữ viết hoa, viết thường tùy tiện. Nhiều lần chữ "ông" bị viết tắt thành "ô" (*Ô Diệm, Ô Ngô Đình Khôi*), danh từ riêng như các địa danh khi thì viết hoa cả hai chữ, khi thì chỉ viết hoa một chữ đầu, chữ sau viết thường trong khi nhiều danh từ chung thì lại viết hoa! Ví dụ: *"tỉnh Quảng ngãi"* ở cuối trang 1, *"... người Pháp không chịu trao trả hoàn toàn Độc Lập Chủ Quyền cho toàn cõi Việt Nam"* ở trang 2, *"Tánh linh, Bình tuy"* ở trang 5.

Dịch giả cũng sử dụng các dấu chấm, phẩy tùy tiện. Ở trang 2, dịch giả không dùng dấu chấm để tách biệt hai câu hay dấu phẩy để tách hai mệnh đề trong đoạn *"... Chúng ta phải cùng nhau làm việc để chống lại thực dân Pháp với vẻ kiên cường Ô Diệm phản kích..."* Câu này phải sửa là: *"... Chúng ta phải cùng nhau làm việc để chống lại thực dân Pháp. Với vẻ kiên cường, ông Diệm phản kích..."* Có khi lại dùng dấu hai chấm không đúng nơi làm câu nói khó hiểu. Ví dụ: *"Thấy tôi biết sợ ai?:* (trích một câu nguyên văn bằng Anh ngữ) *họ Hồ nói: "Không. Ông không phải."*

Có rải rác nhiều lỗi chính tả (spelling) trong các trang. Ví dụ ở cuối trang 3 hai chữ *"đồng án"* thay vì "đồng áng", một *"khoản đất, hăn say"* thay vì "khoảnh đất, hăng say" (trang 5).

Một cuốn sách giá trị mà sẽ có nhiều người đọc, tham khảo. Nhiều người sẽ tin và học hỏi ở khả năng Việt ngữ của dịch giả mà coi đó là khuôn thước! Thế thì đáng lo ngại lắm!

Chúng tôi viết bài này không phải để phê bình dịch giả mà chỉ muốn các ý kiến xây dựng đến tay dịch giả để ông chỉnh sửa lại, hay nhờ cậy vào những người có khả năng hiệu đính lại cho lần xuất bản sau.

Chia Sẻ hay Chia Xẻ?

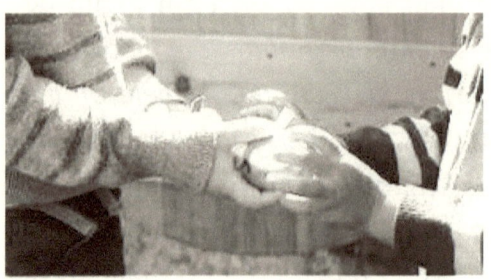

Ngôn ngữ học không phải là sở trường của tôi!

Trước 1975, tôi cũng từng làm chủ bút tờ báo của đơn vị mà thật ra chỉ ở tầm mức một bản tin hàng tuần nội bộ. Tôi cũng viết lách lai rai những bài tùy bút, bình luận cho vài nhật báo ở Sài Gòn, nhưng chưa hề tự thắc mắc rằng mình có viết đúng văn phạm hay không. Học sinh Việt Nam trước 1975 được dạy khá kỹ về chính tả từ những năm tiểu học. Lên trung học thì nặng phần bình giải các tác phẩm. Nhưng có lẽ đa số chúng tôi, học sinh ban B, đều coi nhẹ môn Việt Văn, vì hệ số thi không cao bằng các môn toán, lý hoá.

Mãi đến khi đến Hoa Kỳ, trở lại trường học. Các trường Đại Học Cộng Đồng bắt phải thi lượng giá (Assessment Tests) gồm ba môn Toán, Viết và Đọc. Vốn từng làm thông dịch cho một cơ quan của Toà Đại Sứ Mỹ, tôi vững tâm và đinh ninh sẽ qua lọt không khó. Hai môn toán và đọc thì dễ dàng trót lọt. Còn môn viết thì bị đánh rớt, phải thi lại đến hai lần nữa mới qua. Tôi xin vào gặp giám khảo và hỏi: *"Tôi từng dịch hàng trăm văn bản từ Anh sang Việt, từ Việt sang Anh. Làm sao tôi lại rớt môn thi này?"* Ông giám khảo lôi từ trong hồ sơ và đưa cho tôi xem bài viết của tôi với rất nhiều nét mực đỏ đánh dấu chi chít các chỗ sai. Ông nói: *"Anh viết khá hay và vững về văn phạm. Nhưng anh không đánh dấu những nơi cần ngắt các câu hay các mệnh đề. Và cách đánh dấu những chỗ khác thì tùy tiện. Anh cũng không giữ đúng khoảng cách giữa các câu; đoạn văn quá dài mà không ngắt ra thành những câu ngắn cho dễ đọc..."*

À! Thì ra viết là thế! Không chỉ viết hay và đúng văn phạm, chia động từ... mà còn phải viết đúng cái "syntax" là cách sắp đặt các chữ, các mệnh đề, cách dùng các dấu... trong một câu sao cho hoàn hảo. Nó cũng là một phần của văn phạm mà mình ít để ý đến.

Chương trình đại học ở Mỹ dù ở ngành nào, cũng chú trọng việc dạy sinh viên về khoa viết văn. Sinh viên phải học hai lớp Luận Văn (English Composition), một lớp Văn Học Sử (Literature). Ngoài ra, khi theo học ngành Điện Toán, chúng tôi còn phải học thêm một lớp Technical Writing nữa.

Sau khi viết xong tập hồi ký *Cuối Tầng Địa Ngục*, tôi đã gửi bản thảo đến Tiến Sĩ Nguyễn Đình Thắng để nhờ ông viết lời giới thiệu. Ông Thắng đã vô cùng sốt sắng. Không những cho một bài giới thiệu dài bảy trang rất trang trọng, nồng hậu; mà còn giúp sửa cho các lỗi về dấu hỏi ngã. Đọc đến gần 250 trang mà dò sửa cho hết các chỗ sai là một việc làm rất mất thì giờ. Tôi rất biết ơn ông.

Từ sau đó thì tôi quyết tâm phải học hỏi nhiều hơn để viết đúng để bảo tồn ngôn ngữ phong phú của quê hương mình, vừa tỏ sự trân trọng đối với độc giả.

Nhất là thời gian những thập niên sau này, khi thứ văn hoá xô bồ từ miền bắc Cộng Sản tràn vào Nam và lây qua hải ngoại, mang theo những chữ, những cách dùng chữ sai trái, dị hợm… làm hỏng đi ngôn ngữ mà tổ tiên phải hàng trăm năm sáng tạo, vun bồi nên. Chúng tôi tự xung phong tham gia cùng các văn hữu có lòng để chấn chỉnh qua hàng loạt bài trong tập hồ sơ "Mặt Trận Ngôn Từ" mà đến nay đã có chín bài, dài trên 40 trang phổ biến khá rộng tại hải ngoại và về tới cả bên Việt Nam.

Một số bài đăng trên điện báo *Việt Nam Thời Báo* của Hội Ký Giả Độc Lập đã được độc giả khen ngợi và xin phép được phổ biến rộng ra. Họ cũng gửi email yêu cầu viết thêm về nhiều chữ thường bị dùng sai.

Mới đây, một độc giả từ Pháp cũng đưa ra một bài của ông Hoàng Tuấn Công, trong đó các học giả bên Việt Nam tranh cãi nhau về hai chữ "sẻ" và "xẻ." Một ông Lê Đức Luận, được giới thiệu là nhà Ngôn Ngữ Học có học vị Phó Giáo Sư Tiến Sĩ của Đại Học Đà Nẵng thì cho rằng *chỉ có "chia XẺ" chứ không có "chia SẺ."* Trong một bình luận trên Facebook, ông viết: *"Viết sai chính tả là chuyện ai cũng vấp ít nhất một lần. Người miền Bắc có cái sai mà bây giờ thành đúng, như màu thành mầu, tàu thành tầu, **xẻ thành sẻ**, trong chia sẻ và mặc nhiên thừa nhận."* Và ông lý luận: *"Chia tức là* *phải xẻ ra, còn sẻ không có nghĩa gì cả. Chia mà không xẻ ra thì không chia được."* (sic)

Kế đó là ông Nguyễn Văn Khang, với các học vị Giáo Sư Tiến Sĩ, Nhà Biên Soạn Từ Điển thì coi cả hai chữ *"chia sẻ và chia xẻ chỉ là là một từ với hai dạng chính tả đều được chấp nhận."*(sic)

Đã có một lần trong quá khứ, tôi đã phân tích sự khác nhau giữa hai chữ "sẻ" và "xẻ."

Chia sẻ

Để công bằng, tôi xin phép lấy các định nghĩa từ cuốn *Tự Điển Việt Nam* của Hội Khai Trí Tiến Đức (xuất bản trước 1975 ở miền Nam), *Hỏi Ngã Chánh Tả Tự Vị* (do *Tạp Chí Dân Văn* giới thiệu), *Sổ Tay Chính Tả Tiếng Việt* (do Hùng Sử Việt xuất bản năm 2017), *Từ Điển Việt Anh* (do Trường Đại Học Tổng Hợp Hà Nội xuất bản năm 1986).

Sẻ: *San chia ra, sẻ bát cơm làm hai. Nhường cơm sẻ áo, chia ngọt sẻ bùi. (TĐTĐ, trang 488)*

Xẻ: *Bổ dọc ra, xẻ gỗ, xẻ tà áo (TĐTĐ trang 651)*

Sẻ: *sẻ áo chia cơm, bắn sẻ, chia sẻ, chim sẻ, san sẻ, ... (HNCTTV, trang 84)*

Xẻ: *Cắt, mổ xẻ gỗ, xẻ mương, mổ xẻ, xẻ rãnh, chia xẻ. (HNCTTV, trang 106)*

Sẻ: *Cắt ra từng phần rồi chia với nhau. Chia sẻ, san sẻ, nhường cơm sẻ áo. (STCTTV trang 374)*

Xẻ: *cưa cắt làm hai, xẻ cây, xẻ gỗ, xẻ ván đóng thuyền, xẻ thịt. (STCTTV trang 434)*

Sẻ*: Divide, parcel out, share out, Chia vui sẻ buồn: share with somebody in his joy and sorrow. (TĐVA trang 705)*

Xẻ*: Cleave, split, cut, saw up... (TĐVA trang 972)*

Trong một trang web về Từ điển Việt Nam, cũng thấy định nghĩa chữ "sẻ" và "xẻ" như sau:

Sẻ*: Lấy ra, đổ ra một phần ; chia ra, nhường cho một phần : Sẻ mực; , Sẻ bát nước đầy làm hai ; Sẻ thức ăn cho người khác.*

Xẻ*: 1. Cưa ra thành những tấm mỏng theo chiều dọc. Xẻ ván. Thợ xẻ. 2. Chia, cắt cho rời ra theo chiều dọc, không để liền. Áo xẻ tà.*

3. Bổ. Xẻ trái mít. 4. Đào thành đường dài, thường cho thông, thoát. Xẻ núi mở đường. Xẻ rãnh thoát nước.

Tiếc là không có nhiều thì giờ để tham khảo nhiều nguồn trên web. Tuy nhiên cũng coi là tạm đủ, khi chúng ta có định nghĩa từ cả nhiều phía, miền Nam trước 1975, miền Bắc Cộng Sản và hải ngoại.

Như thế, chữ "xẻ" xem ra cũng khá đồng nghĩa với chữ "sẻ" khi nói về động tác cắt ra, mổ ra. Nhưng xin lưu ý ở đây, trong các định nghĩa trên, chúng ta hình dung động tác "xẻ" là bổ ra theo chiều dọc của một vật thể. Ngoài ra còn chữ "chẻ" cũng đồng nghĩa với "xẻ". Những thí dụ cụ thể là: xẻ gỗ (có thể dùng cưa hay búa, chẻ dọc cây gỗ ra làm hai, rồi làm tư...), dùng kiếm xẻ hai tên địch… Nhưng khi muốn nói đến việc chia theo chiều ngang, thì động từ là "cắt," "sẻ" chứ không thể là "xẻ." Trong *Tự Điển Việt Nam* của Tiến Đức trang 631 cũng có chữ "vẽ" là tách ra. Chúng tôi còn nhớ, khi ăn cá, người ta thường nói "vẽ con cá ra ăn." Không rõ chữ "vẽ" theo nghĩa này có thông dụng ở cả ba miền hay không chứ ở miền Trung thì họ nói trại thành "phẽ."

Về thí dụ "chia sẻ" ở trang 106 của cuốn *Hỏi Ngã Chính Tả Tự Vị*, chúng tôi đã gửi thắc mắc đến ông Lý Trung Tín, chủ nhiệm *Tạp Chí Dân Văn*, là người giới thiệu cuốn tự vị để xem tác giả có sự nhầm lẫn nào hay không, vì nó mâu thuẫn với định nghĩa ở trang 84 trong cùng cuốn sách.

Viết đến đây, tôi chợt nhớ đến vài chữ mà nhiều người lầm lẫn như:

"**Xán lạn**" có nghĩa sáng láng, rực rỡ (TĐTĐ trang 647). Chữ "xán" theo nghĩa này không đứng một mình. Người ta thường viết sai chữ "xán lạn" thành "sáng lạng"!

"Công xúc **Tu sỉ, Liêm sỉ**" (sỉ dấu hỏi) mà người ta thường viết hay đọc sai là "tu sĩ, liêm sĩ" (sĩ dấu ngã). Cả hai chữ "tu" và "sỉ" trong "công xúc **tu sỉ**": đều có nghĩa xấu hổ, hổ thẹn, làm nhục. Chữ "tu" theo nghĩa này không đứng một mình. Trong khi đó, "liêm sỉ" là trong sạch, biết xấu hổ (TĐTĐ trang 306, 489).

Trong trường hợp "tu sĩ" (dấu ngã) là người đi tu trong các tôn giáo, thì chữ "tu" là sửa đổi (tu hành, tu luyện); chữ "sĩ" (dấu ngã) có nghĩa chính là người học trò, người có văn học, người con trai…

Một bác sĩ ở hải ngoại nói: *"Nếu không chích ngừa thì có **cơ hội** nhập viện cao."* Lẽ ra phải nói "có **nguy cơ** vào bệnh viện…" Chữ **"cơ hội"** mang ý nghĩa tích cực. Ví dụ: *"Rán học giỏi, sẽ có **cơ hội** vào các đại học nổi tiếng"* hoặc *"cô ta có giọng hát hay, có nhiều **cơ hội** đoạt giải nhất cuộc thi tuyển lựa ca sĩ."*

Sở hữu là cái mình có, thuộc về mình. Nhân đọc một bài báo có câu kết luận *"Chiêm ngưỡng xong loạt tranh sống động của Yasutomo Oka, không bất ngờ khi anh **sở hữu** tới 44.100 lượt theo dõi trên Twitter."* Dùng chữ sở hữu thế này là sai. Cũng như không nên nói *"cô ta **sở hữu** đôi mắt đẹp!"* mà nên đơn giản là "cô ta có đôi mắt đẹp."

Sẵn bài này ngắn, chúng tôi xin mạn bàn thêm về đại danh từ khi nói đến nhân vật thứ ba.

Trong khi Anh ngữ chỉ đơn sơ Him, Her, Them; ngôi thứ ba trong tiếng Việt rất phong phú: nó, hắn, chúng nó, bọn nó, anh ấy, chị ấy, anh ta, chị ta, ông ta, bà ta…

Rất tiếc, nhiều người trong chúng ta bất cẩn khi dùng các đại danh từ trên mà đã gây ra những ác cảm không đáng có.

Những chữ hắn, nó… thì quá rõ là thiếu lễ độ.

Nhưng trong khi các chữ ông ấy, bà ấy. anh ấy, cô ấy… biểu thị sự kính trọng; thì các chữ ông ta, chị ta, anh ta… lại biểu thị sự coi thường, bất kính mà chúng ta nên tránh.

Chất và Lượng

Chúng ta thường nghe nhiều người đánh giá các sản phẩm, vật chất là có chất lượng. Việc đánh giá không chỉ giới hạn các món hàng, các thực phẩm mà có khi còn là những thứ thuộc lãnh vực trừu tượng như văn chương, học thuật.

Ví dụ: *Chiếc xe này có chất lượng, cuốn sách chất lượng, phim này chất lượng.*

Chúng tôi đã vất vả dành nhiều thì giờ để tra cứu mong tìm ra sự đúng sai khi dùng hai chữ chất lượng ghép đôi với nhau.

Chất nói về xấu tốt; **lượng** nói về nhiều ít.

"**Chất**" 質 (quality) là phẩm chất, là tiêu chuẩn dánh giá một vật nào đó so với các vật khác cùng thể loại. Chất cũng là mức độ tốt xấu của một vật. Chất có thể đánh giá là tốt, ưu việt, khá, vừa, kém, xấu, tệ…

Ví dụ: *Chúng ta cố gắng cải thiện kỹ thuật để nâng cao phẩm chất của món hàng.*

Chất cũng được dùng khi nói về cá tính, năng lực của con người.

Ví dụ: *Ông ấy là người lãnh đạo có một phẩm chất cao quí.*

Còn "**Lượng**" 量 (quantity) nói về con số. Theo Hán tư, lượng là đồ để đong như cái đấu, cái hộc. Lượng dùng cho những gì có thể cân, đo, đong, đếm được bằng các dụng cụ và các đơn vị cụ thể.

▪ Số lượng được đếm bằng con số.

Ví dụ: *Trong sân này có 15 chiếc xe.*

▪ Trọng lượng nói về sức nặng; đơn vị là gram, kilogram, tấn, pound…

▪ Dung lượng nói về sức chứa; đơn vị là lít, quart, gallon…

Ví dụ: *Thùng nhựa này có sức chứa 20 lít.*

▪ Khối lượng nói về thể tích; đơn vị là mét khối, cubic khối…

Ví dụ*: Đống cát này có khối lượng 10 mét khối.*

▪ Năng lượng được dùng trong lãnh vực vật lý.

Ví dụ: *Nhà máy điện này có năng lượng một triệu kilowatts.*

▪ Âm lượng, nói về mức độ âm thanh. Đơn vị là decibels.

Ví dụ: *Xin mở âm lượng vừa đủ nghe để khỏi làm phiền hàng xóm.*

▪ Nhiệt lượng là sức nóng/lạnh, đo bằng độ bách phân hay Farenheits.

▪ Hàm lượng là đơn vị ẩn chứa bên trong.

Ví dụ: *Hàm lượng muối trong món dưa này là 15 miligrams. Chai coca này chứa 200 calories.*

▪ Trữ lượng: số lượng được cất giữ.

Ví dụ: *Trữ lượng dầu ở kho này là 300 tấn.*

▪ Sản lượng: số lượng sản xuất được.

Ví dụ: *Năm nay thời tiết tốt, nông dân đạt sản lượng cao chưa từng thấy.*

Vì thế, không thể đánh giá một vật là có chất lượng nếu cái lượng của vật đó không thể cân, đo, đong, đếm được.

Chúng ta không thể nói chiếc áo, chiếc ví tay, chiếc xe, đôi giày… có chất lượng! Chúng ta thấy nó tốt, làm kỹ, màu sắc đẹp; có độ bền. Đó là về chất. Nhưng lượng thì thế nào, đếm cách nào?

Chỉ có vài trường hợp để dùng chữ chất lượng. Ví dụ:

Vùng Alaska có nhiều mỏ dầu đầy chất lượng (dầu vừa tốt, sản lượng nhiều).

Vùng biển ở Tiểu bang Maine cho ngư dân những hải sản đầy chất lượng (cá, tôm vừa ngon, vừa nhiều).

Thông thường, phẩm và lượng có tỷ lệ nghịch với nhau. Món ngon, hàng tốt thường ít về số lượng; còn ham nhiều, rẻ thì chỉ mua các thứ xấu. Chúng ta phải biết chọn lựa giữa chất (tốt, xấu) hay lượng (nhiều/ít) tuỳ khả năng và nhu cầu.

Tóm lại, không nên đánh giá một món đồ là có "chất lượng" cả; và khi nói đến chất, phải nói rõ ràng là phẩm chất tốt hay xấu.

Phẩm vs. Lượng
Anh chọn bên nào?

Cải Cách Chữ Quốc Ngữ

Bất cứ một sản phẩm gì do con người tạo ra cũng trải qua nhiều lần thử nghiệm trước khi giới thiệu cho quần chúng sử dụng. Ngay cả một thời gian sau đó, người ta vẫn còn thăm dò và sửa đổi khi phát hiện ra những điều trở ngại, sai sót. Con người cầu toàn, nhưng dường như trên đời này không có cái gì hoàn mỹ như ý.

Cách đây vừa đúng 400 năm, nhà truyền giáo người Portugal là Francisco de Pina sáng tạo ra chữ Quốc Ngữ trên căn bản mẫu tự Latin. Sau đó, Giáo Sĩ Alexandre de Rhodes soạn cuốn Tự Điển đầu tiên. Sự áp dụng còn hạn chế trong hơn hai thế kỷ sau đó vì triều đình nhà Nguyễn vẫn còn duy trì Hán tự trong công việc triều chính, và trong dân gian thì chưa phát triển nền giáo dục phổ thông để xóa nạn mù chữ. Chữ Quốc Ngữ chỉ thực sự thịnh hành từ sau năm 1879, khi nhà cầm quyền thực dân Pháp ban lệnh bắt buộc dùng nó trong các chương trình giáo dục. Cũng cần biết là trước đó mười năm, chữ Quốc Ngữ đã thay thế hoàn toàn chữ Hán trong hành chánh công quyền. Từ đó đến nay, cũng đã có nhiều lần biến cải; nhiều chữ không còn giống như chữ thời ông Pina.

Trong thời đại chúng ta, đã có vài nhà nghiên cứu, nhà hoạt động văn hoá, chính trị từng đề nghị những cải cách để làm cho cách viết chữ Quốc Ngữ gọn hơn, hợp lý hơn. Điều này thiết tưởng cũng là nhu cầu chính đáng một khi trong sự áp dụng, người ta tìm ra những điểm không thích ứng.

Cải cách các mẫu tự:

Khi còn lang bạt bên Hoa Nam, Hồ Chí Minh có chủ trương cải cách chữ Việt với một số đề nghị thay một số các nguyên âm và phụ âm như chữ C thành chữ K, chữ PH thành chữ F, hai chữ GI, D thành chữ Z... Ông ta đã viết cuốn *Đường Kách Mệnh* như một khuyến khích sử dụng chữ mới.

Cách đây vài năm, Bùi Hiền, phó "hiệu trưởng" trường Đại Học Ngoại Ngữ Hà Nội ở Việt Nam có đưa ra một đề nghị thay đổi gần như toàn bộ các mẫu tự.
Những phụ âm mà ông ta đề nghị thay đổi:
C thay cho hai chữ **Ch, Tr; D** thay cho chữ **Đ;**
G thay cho chữ **G, Gh; F** thay cho chữ **Ph;**
W thay cho chữ **Th; Z** thay cho chữ **D, Gi, R;**
X thay cho chữ **Kh; N'** thay cho chữ **Nh;**
Q thay cho hai chữ **Ng, Ngh; K** thay cho cả ba chữ
C, Q, K

Như thế, các chữ **ngôn ngữ** sẽ thành **qôn qữ**, **giáo dục** thành **záo zục**, **tiếng** sẽ thành **tiêq**, **chữ** thành **cữ**, hai chữ **quả** và **của** sẽ được viết giống nhau: **kủa**, **Nguyễn Trung Dũng** sẽ thành "**Quyễn Cuq Zũq**."

Sau đây là một đoạn văn
"Ngoại ngữ quy định trong chương trình giáo dục là ngôn ngữ được sử dụng phổ biến trong giao dịch quốc tế. Việc tổ chức dạy ngoại ngữ trong nhà trường và cơ sở giáo dục khác cần đảm bảo để người học được học liên tục và có hiệu quả."

Mà theo cách viết của ông Bùi Hiền sẽ là:
"Qoại qữ kuy dịn' coq cươq cìn' záo zụk là qôn qữ dượk sử zụq fổ biến coq zao zịk kuốk tế. Việk tổ cức zạy qoại qữ coq n'à cườq và kơ sở záo zụk xák kần dảm bảo để qười họk liên tụk và kó hiệu kuả."

Nhìn vào các hàng chữ trên, chúng tôi chỉ thấy một hiện tượng khó chấp nhận. Nhiều học giả và ngay cả dân chúng bình thường đã phê bình rất gay gắt sự cải cách kỳ quái của Bùi Hiền. Tiến Sĩ Nguyễn Ngọc Bình của khoa ngôn ngữ học thuộc Đại Học Khoa Học Xã Hội Nhân Văn Hà Nội chê đó là "một điều dở, một sự phát triển thụt lùi." Một số phê bình khác như sau:

1. Đi ngược tiến trình là tiếng nói (từ) có trước, chữ viết (tự) theo sau. Đằng này Bùi Hiền đặt ra chữ mới rồi

hướng dẫn cách đọc.

2. Bùi Hiền lấy giọng nói Hà Nội làm chuẩn nên không giải quyết được hết những chữ mà do cách phát âm khác biệt của những miền khác nhau trên nước Việt.

3. Tạo thêm sự phức tạp thì đúng hơn là đơn giản hoá.

Có khoảng trên 100 triệu dân Việt Nam thuộc thế hệ này và ít nhất hai thế hệ kế tiếp đang sử dụng chữ viết hiện nay. Rồi phải tổ chức cho họ đi học cải cách ư? Mất thêm mấy chục năm nữa?

Một vấn đề cũng lớn lao không kém. Hiện có hàng triệu đầu sách, tài liệu, báo chí, với hàng tỷ ấn bản trong các thư viện, thư tàng, văn khố trong nước cũng như tại nhiều quốc gia khác. Một sự cải cách tận gốc như thế dẫn đến việc phải bỏ ra hàng chục năm với ngân khoản hàng trăm triệu đô la để thay thế các văn bản đó. Liệu có phải là điều nên làm hay không?

May quá! Đề nghị của Bùi Hiền không được sự đánh giá chính thức nào và như thế, chưa được công nhận của giới chuyên về ngôn ngữ học.

Nhận xét chung:

Gạt qua một bên vấn đề chính trị và tình cảm thương ghét, thân thù, Quốc Cộng, chúng tôi thấy trong hai đề nghị của Hồ Chí Minh và Bùi Hiền chỉ có 3 mẫu tự là cần cứu xét thôi.

Hiện nay, Anh ngữ đang là sinh ngữ phổ biến nhất trên thế giới. Hoa ngữ tuy có gần một tỷ rưỡi người dùng, nhưng không dùng mẫu tự Latin và lại có quá nhiều giọng (dialect) khác nhau. Người Trung Hoa ở các tỉnh khác nhau còn chưa thể trò chuyện với nhau nếu không dùng tới chữ viết. Vì thế, tiếng Hoa có thể sẽ chẳng bao giờ trở thành thông dụng trên thế giới.

Bộ mẫu tự của tiếng Việt chúng ta lấy từ gốc Latin, vì thế, nó rất gần gũi với mẫu tự dùng trong Anh ngữ, Pháp ngữ. Chúng ta chỉ thiếu các phụ âm chính F, J, W, Z. Nhưng bù lại chúng ta có thêm các phụ âm Đ và phụ âm kép như KH, NG, NH mà người Tây Phương khó phát âm.

Nếu cần, thì chỉ nên thay ba mẫu tự sau mà thôi:

1. Thay mẫu tự **Đ** bằng mẫu tự **D**.

Qua kinh nghiệm thực tế, khi tiếp xúc với ngôn ngữ Việt Nam, người ngoại quốc đã phát âm tên **Dung** thành **Đung**, **Duy** thành **Đuy**. Người Việt phải chua thêm chữ Z vào sau chữ D để họ biết cách đọc (Dzuy, Dzung).

Vì vậy, nên trả lại cách đọc **Đ** cho phụ âm **D** để mọi người đều có thể đọc như đúng như trong Anh và Pháp ngữ.

Ví dụ: **Độc** lập, **da doan**, **dồng** ý…

2. Còn mẫu tự **D** của chúng ta đang dùng, nên thay bằng mẫu tự **Z** mà cách phát âm không sai chệch gì.

Ví dụ: **Zuy, Zung, Zân** tộc, **Ziên** Hồng. Trong Anh

ngữ có **Zoo, Zoom, Zebra**…

3. Thay **GI** bằng **Y**. Trong tiếng Anh, mẫu tự Y khi đứng trước một nguyên âm thì được phát âm như GI trong tiếng Việt Nam.

Ví dụ: **Young, Yell, Year, You**; so với **Giận** hờn, **Giữ Gìn, Gia** tài…

Những chữ không cần thay thế:

1. Chữ **QU** (**Quốc, Qua, Quyền**…) trong tiếng Việt đọc không khác chữ QU trong Anh ngữ (**Queen, Quota, Quit**…)

2. Phụ âm **PH** trong Anh Pháp ngữ cũng có dùng (**telephone, phonetic, phrase, pharmacy**), và cũng đọc như phụ âm **F** (**fight, fever, font**). Vì thế cũng không cần thay **PH** bằng **F**.

3. Chữ **C** thay bằng chữ **K** cũng không cần thiết vì cách đọc cũng chẳng khác nhau.

4. Các mẫu tự kép **KH, NH, NG, TR** không có chữ đọc tương đương trong Anh hay Pháp ngữ; việc thay thế là không thực tế.

Mời quý vị đọc vài hàng với ba mẫu tự D, Đ, GI được thay thế; xem có được mắt hay không:

Chúng tôi di về hướng dông. Nơi dây, chúng tôi thấy

một khu ya cư của các ya dình dã dến lập nghiệp trong
chương trình zinh diền của cụ Ngô Dình Ziệm. Một số
dã khá yả, vài người dã yàu có.

Một vài đề nghị cải cách khác:

A. Cách đặt các dấu về âm sắc (tone marks)

Người Tây Phương thường khen rằng người Việt
Nam có giọng nói líu lo như chim hót!

Đó là do tiếng Việt đặc biệt có âm sắc lên xuống
trầm bổng khi nói. Đúng ra là có 6 âm sắc mà lúc viết ra
ngoài âm chính (neutral), phải dùng thêm 5 dấu để diễn
đạt: huyền, sắc nặng, hỏi, và ngã.

Ví dụ: **Ma, Mà, Má, Mạ, Mả, Mã.**

Trước hết chúng ta tạm đồng ý các thuật ngữ sau:

Đơn âm: là nguyên âm chính và phụ: **a, ă, â, e, ê, i,
o, ô, ơ, u, ư, và y.**

Hợp âm đôi (dyads): do sự ghép hai nguyên âm với
nhau như: **ai, ao, au, ay, âu, ây, eo, êu, ia, iu, oi, ôi, ơi,
ua, ui, ưa, ưi, ưu, iê, oă, oo*, uâ, uô, ươ.**

Hợp âm ba (triads) do sự ghép thành bởi ba nguyên
âm như: **iê̂u, oai, oao, oay, oeo, uây, uôi, uya, uyu,
ươi, ươu.**

Đối với những chữ đơn âm - chỉ có một nguyên âm,
thì việc đặt dấu rất đơn giản. Nó đi theo nguyên âm đó.

Ví dụ: **bông** hoa, **bồng** em, cá **bống**, **bộng** (một loại nồi đất to), bay **bổng**, **bỗng** nhiên.

Đối với những chữ có hai nguyên âm đi liền nhau, việc đặt dấu thường có các khuynh hướng khác nhau.

1. Khuynh hướng thông thường – mà chúng tôi đang dùng - có hàng trăm năm nay là đặt dấu sao cho cân đối. Cách đặt dấu như thế này thấy trong các tự điển Việt Nam.

Ví dụ: **Hòa** nhã, Diễm **Thúy**, bại **hoại**…

2. Một khuynh hướng khác cho rằng nên đặt dấu trên các "chủ âm."

Khi hỏi thế nào là "chủ âm," người cổ động cách đặt dấu này giải thích rằng *"nhìn vào cái môi khi chúm lại để biết chủ âm là gì."* Câu giải thích này rất khó hiểu vì cái môi khi phát âm chữ ôi, ui, uy… cũng chúm lại, nhưng dấu thì lại đánh vào những chỗ không thống nhất.

Cách giải thích rõ hơn là của tác giả Trần Ngọc Dụng. Ông gom các hợp âm thành ba nhóm:

1. Nhóm 1 gồm 18 hợp âm đôi nào mà không có mẫu tự nào theo sau chúng (nói cho rõ thêm là hợp âm đôi này ở cuối của chữ):

ai, ao, au, ay, âu, ây, eo, êu, ia, iu, oi, ôi, ơi, ua, ui, ưa, ưi, ưu.

Trong các hợp âm đôi đó, nguyên âm đầu là chủ âm,

và dấu sẽ đánh trên nó.

Thí dụ: **bài, cào, gàu, hãy, lẩu, kẹo, nghêu, mía, níu, roi, phổi, rơi, chúa, túi, dừa, ngửi, cừu**.

2. Nhóm 2 gồm 6 hợp âm đôi mà luôn có mẫu tự theo sau mới được:

iê, oă, oo, uâ, uô, ươ.

Trong các trường hợp này, dấu đặt trên chữ thứ hai, vì đó là chủ âm.

Thí dụ: **biển, hoặc, soọt (quần shorts), tuần, muỗng, phước**.

3. Nhóm 3 gồm 5 hợp âm đôi, tuỳ theo chữ, khi có mẫu tự theo sau, khi không cần có:

oa, oe, uê, ươ, uy.

Trong các trường hợp này – cũng như trường hợp nhóm 2, dấu đánh trên chủ âm là chữ nguyên âm thứ hai.

Thí dụ: **hoà – hoàng, khoẻ – khoản, tuế – tuếch, huý – huýt**.

Riêng các hợp âm ba (triads):

Iêu, oai, oao, oay, oeo, uây, uôi, uya, uyu, ươi, ươu.

Dấu đánh trên chủ âm - là nguyên âm nằm ở giữa.

Ví dụ: **chiều, xoài, ngoáo, xoáy, ngoẻo, khuấy, muỗi, tuyết, tuyên, khuỷu, người, rượu, mưỡu**.

Một ngoại lệ là trường hợp hợp âm **uyê** vì nó luôn phải có một mẫu tự theo sau (**uyên, duyệt**).

Đề nghị cách đánh dấu này đang được cổ động. Tuy nhiên chưa có một cơ quan thẩm quyền nào cấp quốc gia đưa ra để cứu xét và phê thuận.

Dó đó, chúng ta không thể dựa trên cơ sở nào để đánh giá đúng sai trong cả hai khuynh hướng.

B. Viết chữ "i" hay "y"?

Phần này, chúng tôi xin trích nguyên văn một phần bài viết có tựa đề: "Cách Viết I và y" của tác giả Bạch Diện Thư Sinh Trần Vinh (Phụ bản 6 trong sách *Mặt Trận Đại Học Thời VNCH*, trang 393-394. Thằng Mõ San Jose tái bản năm 2016)."

Trích:

*"Trong ý hướng tiến tới việc thống nhất chính tả tiếng Việt, chúng tôi chủ trương viết **I** khi âm /I/ là nguyên âm hay là phần âm chính của âm tiết, không phân biệt từ đó là thuần Nôm hay Hán Việt. Thí dụ: **Bí, di, gì, hỉ, kị, lí, mĩ, ni, rỉ, sĩ, tị, vì, xí**... , nhưng ai đã viết tên riêng của mình cách nào, chúng tôi sẽ giữ nguyên.*

*Thí dụ: Nguyễn Cao **Kỳ**, **Lý** Bửu Lâm, **Lý** Chánh Trung...*

*Riêng trường hợp khi chữ I đứng một mình, chúng tôi theo ý nhiều nhà ngữ học, tạm thời chấp nhận cả hai cách viết **I** hoặc **Y**.*

*Thí dụ: Âm **ỉ**, ầm **ĩ**, nhưng có thể viết **y** tế, **y** thị, **ý***

123

*kiến, **ỷ** lại.*

*Xin nói thêm, chúng tôi viết **UY** chứ không viết **UI** những chữ phát ra âm /**uy**/.*

*Thí dụ: **Quy, quý, quýt**..., chứ không viết qui, quí, quít... (tránh được trường hợp Thuý và Thúi), nhưng ai đã viết tên riêng của mình cách nào, chúng tôi sẽ giữ nguyên. Thí dụ: Lý Quí Chung...*

Đó cũng là cách viết của một số vị có công trình nghiên cứu về Ngữ Học Việt Nam, như TS. Nguyễn Đình Hoà (giáo sư Ngôn Ngữ và Văn Minh Văn Hoá VN tại VN và HK, khoa trưởng ĐH Văn Khoa Sài Gòn (1957), đồng sáng lập Viện Việt Học, 2000, HK), BS. Trần Ngọc Ninh (giáo sư ĐH Y Khoa Sài Gòn, giáo sư ĐH Vạn Hạnh, tổng trưởng Văn Hoá Xã Hội Đặc Trách Giáo Dục VNCH (1967), nguyên viện trưởng Viện Việt Học, HK), học giả Nguyễn Hiến Lê (#120 tác phẩm, Giải Thưởng Văn Chương Toàn Quốc, 1966).

Cách nay không lâu, GS. Đoàn Xuân Kiên (Luân Đôn) cũng nêu lên quan điểm rõ ràng về vấn đề này. Sau khi điểm qua các sách báo, các bộ từ điển và những cuộc tranh luận từ thế kỉ 17 tới nay, GS. Đoàn Xuân Kiên đã đúc kết thành nguyên tắc 5 điểm về cách viết chính tả hai chữ I và Y như sau:

- *Viết **Y** trong những trường hợp sau đây:*

*1) khi tổ âm /iê/ ở đầu một tiếng. Ví dụ: **yên, yêu.***

2) *trong các tổ âm chúm môi /**ui**/ và /**uiê**/ (viết là **uy, uyê, uya**). Ví dụ: **uy, chuyện, khuya, nguy, tuy**.*

3) *ở sau âm ngắn của **a** (trong chính tả hiện nay cũng viết bằng đồ vị /**a**/ và âm ngắn của **ơ** (tức là đồ vị /**â**/). Ví dụ: **cay, dày, đây, mây**.*

- *Viết **I** trong những trường hợp sau đây:*

4) *khi âm /**i**/ là nguyên âm, hay là phần âm chính của âm tiết.*
*Ví dụ: **ỉ, bí, chim, hí, kìm, lì, lính, sĩ, tị, vì, vinh**.*

5) *Khi âm /**i**/ là âm cuối, đứng sau phần âm chính ở thể thường, để khép âm tiết.*
*Ví dụ: **ngùi, đói, người, củi, hời, trai**.*
(Đoàn Xuân Kiên. Nói Thêm Về Chữ I và Y Trong Chính Tả Tiếng Việt. Định Hướng 32, tr. 45,46. Mùa Thu 2002, Hoa Kì).

Chính tả hai chữ I và Y thuộc phạm vi môn Ngữ Học Việt Nam. Môn học nào cũng có những nguyên tắc riêng. Giá trị của một nguyên tắc ngữ học căn cứ vào mức độ chính xác, hợp lí và những lợi ích mà nó mang lại chứ không dựa trên bất cứ quan điểm chính trị hay tôn giáo nào cả. Trên thực tế, nhiều người chủ trương bảo lưu thói quen "đã viết (I và Y) như thế từ hồi học Mẫu giáo". Có lẽ các nhà nghiên cứu ngữ học cũng

*thông cảm phần nào với lối suy nghĩ của số đông này,
song đã là nhà khoa học thì các vị ấy thường không bị lệ
thuộc vào thói quen hay phong tục tập quán."*

Ngưng trích.

Nhận xét:

Việc cải cách để viết chữ I hay y cần đơn giản, dễ
nhớ. Một luật lệ có nhiều nguyên tắc chung và nhiều
ngoại lệ sẽ rắc rối vô cùng. Dĩ nhiên, sau khi thay đổi sẽ
có những người phàn nàn rằng chữ mới trong không đẹp
mắt!

Ví dụ: **i** khoa, **i sĩ**, **kĩ** sư, **mĩ** thuật…

Vậy sao chấp nhận chữ **sĩ** mà coi chữ **kỉ** là kỳ quặc?
Có phải chỉ vì chủ quan mà thôi? Nhìn lâu quen mắt rồi
sẽ đẹp cả!

Theo tôi, nếu muốn thay đổi cho thống nhất cách
dùng, chúng ta viết "**i**" cho tất cả mọi chữ trừ hai ngoại
lệ:

1. Khi nó đứng sau chữ "U" nếu đọc là "UY" thì
dùng "Y" (thậm **nguy**, **uy** vũ. **Thúy**, **qụy lụy**, **quyết**,
quyến luyến…); nếu đọc là "UI" thì dùng "I" (Tối **thui**,
đui mù).

2. Khi nó đứng sau chữ "A" nếu đọc là "AY" thì
dùng "Y" (**táy máy**, **thầy dạy**, **lạy**, **dây**, **mây**…); nếu
đọc là "AI" thì dùng "I." (hoa **mai cài** lên **mái** tóc).

Ngoài hai trường hợp trên, chỉ có nguyên âm **I** đứng sau mẫu tự O.. Không có chữ Việt nào có nguyên âm **I** hay **Y** theo sau nguyên âm **E** cả.

Quý vị có thấy nó đơn giản hay không.

Nhưng có thật sự cần thay thế không? Chữ Quốc Ngữ hiện nay coi là tạm ổn. Điều cần chấn chính ngay lập tức là cách dùng sao cho đúng ý nghĩa của nó, trên tiêu chuẩn tiếng Việt chúng ta đã dùng trước năm 1975 tại miền Nam.

Nói chung, nếu sự thay đổi có ý nghĩa, hợp lý thì nên làm. Còn nếu sự thay đổi mẫu tự không làm thay đổi cách phát âm và ý nghĩa, thì chỉ là một việc làm mất thì giờ, vô ích!

Quý vị nào viết tiếng Việt mà còn ngần ngại, lo sợ không chắc đúng sai thì nên tìm lại những tác phẩm của nhóm Tự Lực Văn Đoàn mà đọc và học hỏi. Các nhà văn thời này viết rất chính xác và trong sáng.

Thay Lời Kết

Để tạm kết thúc tập sách nhỏ này, chúng tôi xin kể hầu quý vị một chuyện thật sau đây:

Tôi đi làm việc ở hãng Lockheed khi mới qua Mỹ năm 1990. Từ nơi đậu xe, phải đi qua một cổng để trình thẻ rồi đi bộ con đường zigzag khoảng hơn 50 mét vào mấy cái toà nhà đồ sộ hai tầng là nơi dành cho xưởng ráp dây điện (cable shop) và các văn phòng. Hãng đã cho đổ xi măng con đường từ cổng vào gồm ba đoạn thẳng góc nhau. Hai bên trồng cỏ xanh mơn mởn. Ở Mỹ, người ta ít khi để bảng cấm đi trên cỏ, vì ai cũng có ý thức mà tránh việc dẫm nát bãi cỏ.

Thời gian qua đi, bắt đầu thấy những vết cỏ bị dẫm nát từ cổng đi xéo vào cửa chính toà nhà làm việc. Hãng cho cắm lên một bảng "Không đi trên cỏ"; các ông giám thị cũng nhắc nhở công nhân trong các lần họp hàng tuần.

Nhưng tình hình càng ngày càng tệ. Dấu chân càng nhiều. Vết mờ trên cỏ nay đã trở thành một lối mòn trơ đất ra. Tệ nhất là những ngày mưa, công nhân đem cả đất bùn vào tận hành lang các toà nhà. Nhưng hầu như không ai chịu đi trên con đường xi măng cả!

Thế là hãng đành phải thuê thợ đổ xi măng trên lối mòn đó. Nó trở thành con đường!

Thưa quý vị,

Ngôn ngữ hay văn phạm cũng thế. Nó do con người bày ra và cũng phải bị thay đổi do chính con người quyết định, khi hoàn cảnh, điều kiện thay đổi.

Chúng ta không bó tay, không bỏ cuộc trước điều sai. Nhưng chúng ta phải chấp nhận sự thay đổi hợp lý đối với những từ ngữ, văn phạm, nếu chúng không làm sai nghĩa, gây ngộ nhận hay tự mâu thuẫn với chính nó.

Góp ý của độc giả:

Đúng là bao nhiêu đóng góp cũng sẽ không đủ để trang trải tình cảm chúng ta. Anh đã làm thêm một việc có ý nghĩa nữa trong nhiều việc có ý nghĩa trước đây mà anh đã thực hiện.

Đúng vậy, anh đã thể hiện đầy trách nhiệm của người dân tỵ nạn giữ vững ngọn cờ vàng chính nghĩa, trọn vẹn tinh thần công dân của người con Việt xa xứ muốn lưu truyền những giá trị văn hóa truyền thống, di sản dân tộc cho thế hệ trẻ tại hải ngoại bằng nhiều việc làm có giá trị, đặc biệt lần này với ý thức gìn giữ sự trong sáng của Tiếng Việt thuần nhất, không lai căng và không mất cái gốc căn bản trước 1975.

Ks. Tho Nguyentan
Thornton, California

… Mấy ổng kể lại là Tổng Thống Ngô Đình Diệm không bao giờ "thậm xưng" khi khen ngợi một người nào đó.

Cụ chỉ có hai tĩnh từ Khá và Khá Lắm để khuyến khích thuộc cấp. Nhớ chuyện xưa mà áp dụng cho cách hành xử hôm nay, nghĩa là sau khi đọc cuốn Chuyện Dài Chữ Nghĩa của ông bạn tôi, tôi cảm thấy ổng quá có lý khi thấy ổng chịu khó làm đủ kiểu đủ cách mà hình thành quyển sách nầy.

Thật tình, tôi không cũng biết đánh giá "công trình" nầy ra sao để bày tỏ sự khoái cảm của mình. Nhưng khi thấy người ta theo thang điểm từ một sao đến năm sao. Tui mừng quá, bèn cho ổng tối đa là 4 1/2 sao để tránh phải nhớ đến sự bất toàn của con người.

An Nguyen
Salt Lake City, Utah

Sách Tham Khảo

Vì khả năng có hạn, chúng tôi không thể viết hết những điều muốn viết ra. Về văn phong và văn phạm, chúng tôi có tham khảo thêm văn phạm Anh Ngữ rất dễ tìm trên mạng. Còn về chữ nghĩa tiếng Việt, chúng tôi xin giới thiệu ra một số tài liệu dễ kiếm để quý vị có thể tham khảo thêm khi cần:

- *Tự Điển Thiều Chửu.*

http://vietnamtudien.org/thieuchuu/

- *Hỏi Ngã Chánh Tả Tự Vị.*

https://fliphtml5.com/oimsx/uwjp/

- Bạch Diện Thư Sinh (2016). *Mặt Trận Đại Học Thời Việt Nam Cộng Hoà.* Hoàng Sa.

- Đoàn Xuân Kiên (2002). "Nói Thêm Về Chữ I và Y Trong Chính Tả Tiếng Việt." *Định Hướng* 32, tr. 45,46.

- Nhiều tác giả (2017). *Sổ Tay Chính Tả Tiếng Việt.* Hùng Sử Việt.

Quý vị có thể liên lạc để mua qua Ban Đại Diện các Trung Tâm Việt Ngữ Nam California số 8295 Westminster Blvd., Suite 270m Westminter, CA 92683. Phone: (714) 799-0321.

- Quý vị có thể tìm thấy nhiều cuốn tự điển và văn phạm Việt Nam trong trang web sau:

https://sites.google.com/site/namkyluctinhorg/tu-dhien

Quý vị chỉ cần bookmark trang này vào máy của quý vị để tìm cho nhanh và tiện lợi.

Liên lạc với tác giả
Điện thoại: (512) 437-1193
Email: md46usa@gmail.com
Website: www.michaelpdo.com

Tất cả sách đều có bán trên Amazon.com
Đọc sách của Đỗ Văn Phúc tại:
https://fliphtml5.com/homepage/ykequ

Các sách khác của Đỗ Văn Phúc

  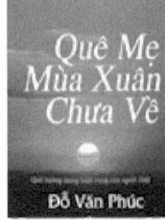 

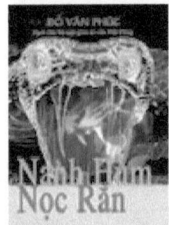   

www.ingramcontent.com/pod-product-compliance
Lightning Source LLC
Chambersburg PA
CBHW021648120626
46545CB00002B/750